वेळेचे व्यवस्थापन

वेळेचे व्यवस्थापन

ब्रायन ट्रेसी

अनुवाद : पराग पोतदार

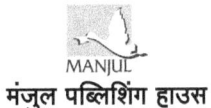

MANJUL
मंजुल पब्लिशिंग हाउस

MANJUL
मंजुल पब्लिशिंग हाउस
व्यावसायिक आणि संपादकीय कार्यालय
दुसरा मजला, उषा प्रीत कॉम्प्लेक्स, 42 मालवीय नगर, भोपाळ – 462 003
विक्री आणि विपणन कार्यालय
सी-16 सेक्टर 3, नोएडा, उत्तर प्रदेश – 201301, भारत
www.manjulindia.com
वितरण केंद्रे
अहमदाबाद, बेंगलुरू, भोपाळ, कोलकाता, चेन्नई,
हैदराबाद, मुंबई, नवी दिल्ली, पुणे

Time Management by Brian Tracy – Marathi Edition

मूळ इंग्लिश आवृत्ती अमेरिकन मॅनेजमेंट असोसिएशन, इंटरनॅशनल,
न्यू यॉर्क यांचा विभाग असलेल्या ॲमाकॉम तर्फे प्रकाशित

ब्रायन ट्रेसी लिखित *टाइम मॅनेजमेंट*
या मूळ इंग्लिश पुस्तकाचा मराठी अनुवाद

प्रथम मराठी आवृत्ती 2019 साली प्रकाशित
प्रस्तुत तिसरी आवृत्ती 2023 साली प्रकाशित

ISBN : 978-93-89143-83-6

मराठी अनुवाद : पराग पोतदार

मुद्रण व बाइंडिंग : रेप्रो इंडिया लिमिटेड

अनुक्रमणिका

विषयप्रवेश

करिअरच्या वाटचालीत तुम्ही वेळेचे नियोजन कसे करता याला अन्य कोणत्याही गोष्टीइतकेच महत्त्व आहे. कारण तुम्ही 'यशस्वी होणार की अपयशी' हे त्यावरच तर निर्धारित होत असते. एखादी गोष्ट साध्य करण्याचा प्रयत्न सुरू असताना वेळ ही अत्यंत आवश्यक आणि त्याला इतर कोणताच पर्याय नसणारी अशी गोष्ट आहे. आयुष्यात सर्वांत मौल्यवान अशी गोष्ट म्हणजे 'वेळ'. वेळ साठवून ठेवता येत नाही किंवा एकदा हातातून निसटल्यानंतर ती पुन्हा मिळवताही येत नाही. या बाबतीत आपण इतकेच करू शकतो की, जितका वेळ हाताशी मिळेल, त्या वेळेचे संपूर्णतः सुयोग्य नियोजन करणे. तेव्हाच तुम्ही लक्ष्यपूर्तीच्या दिशेने जाऊ शकाल. त्यातूनच अधिक मोठ्या यशाला गवसणी घालता येते.

उत्तम आरोग्य आणि व्यक्तिमत्त्वाचे प्रभावीपण यासाठी वेळेचे व्यवस्थापन अतिशय आवश्यक आहे. तुमच्या आयुष्यात उपलब्ध असणारा वेळ आणि तुमचे आयुष्य यांवर नियंत्रण असावे ही आस जितक्या तीव्रतेने मनामध्ये निर्माण होते, त्याच प्रमाणात आयुष्यामध्ये आंतरिक शांतता, सौहार्द आणि मानसिक स्वस्थता यांचा लाभ होतो. 'वेळ हातातून निसटून जात असल्याची आणि त्यावर नियंत्रण नसल्याची जाणीव' ही व्यक्तिमत्त्वामध्ये ताणतणाव, अस्वस्थता आणि निराशा निर्माण करीत असते. तुम्ही आयुष्यातील अवघड परिस्थितीचा सामना

जितक्या चांगल्या प्रकारे करता आणि त्यावर नियंत्रण प्रस्थापित करता, तसतशी क्षणाक्षणाला तुमच्या मनात चांगली भावना निर्माण होते आणि नवी, सकारात्मक ऊर्जा तुम्हाला नव्या कामासाठी उद्युक्त करत राहते. त्यानंतरचा स्वाभाविक परिणाम म्हणून तुम्हाला शांत झोप लागते आणि सर्व चांगल्या कामांना गती मिळत जाते.

या पुस्तकात दिलेल्या नव्या संकल्पना आणि पद्धती यांचा सुयोग्य वापर केल्यास दैनंदिन कामामधून उत्तम असे अतिरिक्त दोन उत्पादक तास मिळवणे अथवा आउटपुट दुप्पट करून दाखवणे शक्य होऊ शकते, प्रत्येक क्षेत्रात नियोजनबद्ध प्रयत्न करणाऱ्या हजारो लोकांनी या तंत्राद्वारे यशस्वी होता येते, असे सिद्ध केले आहे. मी ज्याला चार 'डी' म्हणतो – ते जर तुमच्याकडे असतील, तर तुमच्याकडेही यश निश्चितपणे चालत येईल, याची खात्री बाळगा.

प्रभावीपणासाठी आवश्यक – चार 'डी'

पहिला 'डी' म्हणजे *डिझायर* अर्थात, तीव्र आंतरिक इच्छा. सर्वप्रथम अधिकाधिक प्रभावीपणे काम करण्याची आणि त्यासाठी आपल्या नियंत्रणामध्ये वेळ असण्याची खूप खोल, तीव्र इच्छा तुमच्या मनामध्ये निर्माण होणे गरजेचे आहे.

दुसरा 'डी' म्हणजे *डीसिसिव्हनेस*. म्हणजे तुम्ही सुस्पष्ट असा निर्णय घेणे आवश्यक असते. वेळेचे सुनियोजित व्यवस्थापन करण्याचे तंत्र अवगत होऊन त्याचे सहज सवयीमध्ये रूपांतर होईपर्यंत हे करावे लागेल, हा निर्णय आवश्यक असतो.

तिसरा 'डी' अर्थात *डिटरमिनेशन* अर्थात निर्धार! तुम्हाला अनेक प्रकारच्या गोष्टी आकर्षित करण्याचा प्रयत्न करीत असतात, मात्र जोपर्यंत वेळेचा प्रभावी व्यवस्थापक होत नाही, तोपर्यंत अशा साऱ्या प्रलोभनांपासून दूर राहण्याचा वा त्यांना टाळण्याचा निर्धार करावा लागतो. तुमच्या आंतरिक इच्छा या निर्धाराला बळ देत असतात.

चौथा आणि 'यशस्वी आयुष्याची गुरूकिल्ली' असे ज्याला म्हणता येईल, तो सर्वांत महत्त्वाचा 'डी' म्हणजे, *डिसिप्लिन* अर्थात शिस्त. वेळेचे व्यवस्थापन ही गोष्ट जगण्याचा भाग होण्यासाठी अंगी शिस्त ही बाणवावीच लागते. तुमची एखाद्या गोष्टीसाठी किंमत मोजण्याची तयारी आहे, हे तुमच्या अंगी असलेल्या प्रभावी शिस्तीमुळेच दिसून येते. तुम्हाला जे करायचे आहे ते करण्याची इच्छा, ते कधी करावे आणि ते तुम्हाला आवडते की नाही या साऱ्या बाबी महत्त्वाच्या असतात. यशाच्या दृष्टीने आत्यंतिक महत्त्वाच्या असतात.

वेळेचे उत्तम व्यवस्थापक व्हायचे असेल, तर अर्थातच त्यासाठी मोठी किंमत ही मोजावीच लागते. उत्तम कामगिरी करणारी व्यक्ती आणि सुमार कामगिरी करणारी व्यक्ती यांच्यामध्ये बाह्य स्वरूपात सहजतेने निदर्शनास येणारी अशी ही गोष्ट असते. जे विजेते असतात, ते स्वाभाविकपणे वेळेचे नियोजन उत्तम रीतीने करतात. जे पराभूत असतात, ते अर्थातच त्यांच्या वेळेचा वापर अतिशय सुमार पद्धतीने करतात. यशस्वी होण्याचा महत्त्वाचा असा एक नियम म्हणजे; 'चांगल्या सवयींचा अंगिकार करा आणि त्यांनाच तुमचे गुरू बनवा.' या पुस्तकामधून तुम्हाला चांगल्या सवयी कशा साध्य करायच्या आणि चांगल्या सवयींतून स्वतःला कसे घडवायचे, हे समजून घेता येईल.

वेळेचे 'प्रभावी' असे नियोजन करण्याच्या दृष्टिकोनातून आवश्यक असणारे तब्बल एकवीस प्रभावी पर्याय तुम्हाला या पुस्तकाच्या माध्यमातून शिकता येणार आहेत. उच्च उत्पादनक्षमता व निर्मितिक्षमता असणाऱ्या सर्व यशस्वी लोकांनी हे उपाय शोधलेले असून त्यांचा अंतर्भाव त्यांनी आपल्या आयुष्यामध्ये केलेला आहे.

वेळेचे व्यवस्थापन म्हणजे खऱ्या अर्थाने आयुष्याचे व्यवस्थापन आहे, हे लक्षात ठेवा. वेळेचे चांगले व्यवस्थापन आणि वैयक्तिक उत्पादकता या गोष्टी तुमच्या आयुष्याला आणि त्यातील प्रत्येक क्षणाला वेगळे मोल प्रदान करतात.

तुम्ही आत्ता जिथे आहात तिथून, तुमच्याकडे जे आहे, त्याच्या बळावर तुम्ही जे काही करू शकता, ते सर्व करा!

तुम्ही नेहमी स्वतःला हे सांगितले पाहिजे, ''माझे आयुष्य अतिशय मौल्यवान आणि महत्त्वाचे आहे. मी माझ्या आयुष्यातील प्रत्येक क्षणाला आणि प्रत्येक तासाला मौल्यवान मानतो. हे सारे तास मी योग्य पद्धतीने वापरण्याचा प्रयत्न करणार आहे. त्यामुळे माझ्याकडे उपलब्ध असणाऱ्या वेळेच्या मर्यादेमध्ये मी मला हवे ते साध्य करण्याचा मनापासून प्रयत्न करणार आहे.''

एक चांगली गोष्ट म्हणजे; वेळेचे व्यवस्थापन हे 'व्यावसायिक' कौशल्य आहे आणि सर्व प्रकारची व्यावसायिक कौशल्ये आत्मसात करता येण्यासारखी असतात! वेळेचे व्यवस्थापन म्हणजे जणू एखादी सायकल चालविण्यासारखे, एखाद्या की बोर्डवर टाईप करण्यासारखे किंवा एखादा खेळ खेळण्यासारखे आहे. विविध प्रकारच्या पद्धती, धोरणे आणि तंत्रे यांच्या मालिकेतून त्याची रचना झालेली असते. तुम्हाला शिकता येण्याजोगे हे कौशल्य आहे. तुम्ही त्याचा सराव करू शकता आणि महत्त्वाचे म्हणजे, निर्धारपूर्वक आणि पुनरावृत्तीचे सातत्य राखून त्यामध्ये वाकबगार होऊ शकता.

१

वेळेच्या व्यवस्थापनाचे मानसशास्त्र

तुम्ही स्वतःविषयी काय विचार करता आणि स्वतःविषयी काय जाणवते यावर तुमच्या आयुष्याची गुणवत्ता काय असेल, हे बहुतांशी निर्धारित होत असते. तुमचा आत्मसन्मान हा व्यक्तिमत्त्वातील एक भावनात्मक भाग असतो. ''तुम्ही स्वतःला किती पसंत करता?'' यावरून ते लक्षात येत असते.

विशेषत्वाने, आत्मसन्मान हा तुमच्या व्यक्तिमत्त्वातील क्षमतांचा पुरेपूर विकास करण्यासाठी आयुष्याचा आणि त्यातील वेळेचा तुम्ही कशा पद्धतीने वापर करता, यावर निर्धारित होत असतो. तुम्ही जेव्हा प्रभावीपणे काम करीत असता, तेव्हा स्वाभाविकपणे तुमच्या आत्मसन्मानाचा स्तर उंचावत असतो आणि जेव्हा तुम्ही असे करू शकत नाही, तेव्हा स्वाभाविकपणे तो स्तर खाली आलेला असतो.

'आत्मसन्मान' या विषयाच्या नाण्याची दुसरी बाजू म्हणजे, 'स्वतःची कार्यक्षमता.' तुम्ही स्वतःला किती कार्यक्षम, सक्षम आणि उत्पादनक्षम समजता, समस्या सोडवण्याची, काम करण्याची आणि तुमचे

ध्येय साध्य करण्याची किती क्षमता आहे याच्या गुणात्मक पातळीवर ही कार्यक्षमता निश्चित होत असते.

तुम्ही स्वतःला जितके कार्यक्षम, सक्षम आणि उत्पादनक्षम समजाल, तितका तुमचा आत्मसन्मान अधिक उंचावतो. जितका आत्मसन्मान उंचावलेला असेल, तितकी उत्पादनक्षमता आणि सक्षमता वाढलेली असते. प्रत्येक गोष्ट दुसऱ्या गोष्टीला सहकार्य आणि शक्ती प्रदान करते.

जे लोक स्वतःच्या वेळेचे उत्तम व्यवस्थापन करू शकतात, ते सकारात्मक, आत्मविश्वासू आणि स्वतःच्या आयुष्यावर नियंत्रण प्रस्थापित केलेले असतात.

नियंत्रणाचा नियम

वेळेच्या व्यवस्थापनाचे मानसशास्त्र अतिशय साध्या तत्त्वावर आधारलेले आहे, ते म्हणजे, नियंत्रणाचा नियम अर्थात लॉ ऑफ कंट्रोल. हा नियम असे सांगतो की, जोपर्यंत तुम्ही स्वतःविषयी चांगले मत बनवलेले असते, त्याच्या प्रमाणानुसार तुमचे तुमच्या आयुष्यावर नियंत्रण असते. हा नियम असेही सांगतो की, तुम्ही स्वतःविषयी नकारात्मक मत बाळगून असाल आणि त्याची पातळी जितकी असेल, तितके तुमचे तुमच्या आयुष्यावरचे आणि कामावरचे नियंत्रण कमी झालेले असते.

आपण आपल्या नशिबाचे मालक आहोत असे जिथे वाटत असते, ते *आंतरिक* केंद्र आणि आपल्या बाहेरील परिस्थितीचा आपल्यावर परिणाम होत असतो. ज्या *बाहेरील* केंद्राला असे जाणवत असते, त्यांच्यातील फरक शोधण्याचा प्रयत्न मानसशास्त्रज्ञ करीत असतात.

बाहेरील केंद्राचा प्रभाव असतो, तेव्हा तुम्हाला असे वाटत राहते की, आपला बॉस, आपल्याला येणारी बिले, आपल्या कामाचा ताण आणि जबाबदाऱ्या यांचे आपल्यावर वर्चस्व प्रस्थापित झालेले आहे. खूप साऱ्या गोष्टी अतिशय कमी वेळेत पूर्ण करायच्या आहेत, अशी भावना सतत मनात घर करून राहत असते. अशा परिस्थितीत तुमचा

वेळ आणि आयुष्य या दोन्हींवर तुमची हुकुमत प्रस्थापित झालेली नसते, हे उघड आहे. बहुतांश वेळेस, तुम्ही प्रत्येक तासा-तासाला एक गोष्ट करत असता. ती म्हणजे, बाहेरील घटनांना प्रतिक्रिया आणि प्रतिसाद देण्याचे काम.

आत्मनिर्धारित आणि ध्येय निश्चित केलेली अशी *क्रिया* आणि बाहेरील ताणाला तत्काळ दिलेली *प्रतिक्रिया* या दोन्हींमध्ये खूप मोठा फरक आहे. पहिल्या प्रकारामध्ये तुम्हाला सकारात्मक वाटते आणि स्वतःच्या आयुष्यावर नियंत्रण प्रस्थापित झालेले आहे, असा आत्मविश्वास निर्माण होतो. दुसऱ्या प्रकारात मात्र नकारात्मकता, ताणतणाव निर्माण होतात. जर तुम्हाला सर्वोत्तम अशी कामगिरी करायची असेल, तर तुमच्या व्यवसायात आणि व्यक्तिगत आयुष्यामधील महत्त्वाच्या क्षेत्रांत तुमचे उत्तम वर्चस्व असल्याची भावना मनात दृढ व्हावी लागते.

तुमचे विचार आणि भावना

मानसशास्त्रीय संकल्पनेनुसार, प्रत्येक व्यक्तीकडे स्वतःची अशी कल्पना असते. आयुष्याच्या प्रत्येक महत्त्वाच्या टप्प्यावर एका आंतरिक 'मास्टर प्रोग्रॅम'च्या माध्यमातून स्वभावावर नियंत्रण ठेवले जाते. ज्यांच्या स्व-कल्पना उच्च स्तरावरच्या असतात, अशी माणसं वेळेच्या व्यवस्थापनाबाबत आणि स्वतःचा विचार करण्याबाबत अधिक सुनियोजित आणि निर्मितिक्षम असतात. त्यांनी आपल्या आयुष्याची आणि त्यांच्या कामाची पूर्ण जबाबदारी स्वीकारलेली असते.

स्वतःची संकल्पना ही आपल्या विविध कल्पना, चित्रे, प्रतिमा आणि आपल्या स्वतःविषयीच्या श्रद्धा यांच्यावर आधारित असते. प्रामुख्याने तुम्ही तुमच्या वेळेचे नियोजन कशा पद्धतीने करता, यावर ते अवलंबून असते. काही लोक आपण अतिशय सुनियोजित आणि कार्यक्षम पद्धतीने काम करतो, असे मानतात. इतर लोक मात्र अन्य लोकांच्या अपेक्षांच्या आणि परिस्थितीच्या ओझ्याखाली दबलेले राहतात.

विश्वास ठेवा, गोष्टी वास्तवात येतील!

तुमच्या स्वतःविषयी काय काय समजुती आहेत आणि तुमच्याकडे स्वतःच्या वेळेचे व्यवस्थापन करण्याची क्षमता आहे का? उच्चतम आणि प्रभावी असा वेळेचा व्यवस्थापक म्हणून तुम्ही स्वतःकडे पाहता का किंबहुना त्यादृष्टीने विचार करता का? तुम्ही स्वतःला उच्च निर्मितिक्षम मानता का? तुमचे जीवन आणि काम यांच्यावर तुमचे संपूर्ण नियंत्रण आहे, असे तुम्हाला वाटते का?

जर तुमचा विश्वास असेल की, तुम्ही तुमच्या वेळेचे उत्तम नियोजन करू शकणारे व्यवस्थापक आहात, तर तुम्ही त्या विश्वासावर ठाम राहून खरोखर तशा गोष्टी सातत्याने करता. तुमच्या आत असणारे तुम्ही आणि त्याची बाहेर होणारी अभिव्यक्ती यांच्यामध्ये स्वतःच्या संकल्पनेमुळे कायम सातत्य राखण्याचा प्रयत्न केला जात असतो. तुम्ही वेळेचे उत्तम व्यवस्थापन करता अशी तुमची श्रद्धा असेल, तर खरोखर तुम्ही वेळेचे उत्तम व्यवस्थापन निश्चितपणे करू शकता.

तुम्ही भले वेळेच्या व्यवस्थापनाबाबत कितीही अभ्यासक्रम करा, त्याविषयीची कितीही पुस्तके वाचा अथवा त्याचा विविध माध्यमांतून कितीही सराव करा; परंतु जर तुम्ही स्वतःला वेळेचे व्यवस्थापक म्हणून फारसे चांगले मानत नसाल, तर वरीलपैकी कशाचाही फायदा होणार नाही, हे निश्चित. तुम्ही ज्यांची अपॉइंटमेन्ट घेतलेली आहे, तिथे जाताना अथवा महत्त्वाच्या बैठकांना जाताना उशिरा जाण्याची सवय तुमच्यात भिनलेली असेल किंवा वेळेचे व्यवस्थित नियोजन करू न शकणारे ढिसाळ व्यक्तिमत्त्व म्हणून तुम्ही स्वतःकडेच पाहत असाल, तर स्वाभाविकपणे या बाबी तुमच्या स्वभावाचा भाग बनतात. व्यक्तिगत स्तरावर तुमचे प्रभावीपण आणि कार्यक्षमता यांविषयीच्या श्रद्धा, धारणा तुम्ही बदलू शकला नाहीत, तर वेळेच्या व्यवस्थापनाबाबतची तुमची क्षमताही तुम्ही विकसित करू शकणार नाही.

निर्णय घ्यायला शिका

तुम्ही स्वतःविषयी आणि तुमच्या व्यक्तिगत निर्मितिक्षमतेविषयी सकारात्मक अशा श्रद्धा कशा विकसित कराल? सुदैवाने, ते विशेष अवघड नाही. त्यासाठी तुम्ही त्याच 'चार डीं'चा वापर करा.

डिझायर, डिसिसिव्हनेस, डिटरमिनेशन आणि डिसिप्लिन.

सर्वांत महत्त्वाचे म्हणजे, वेळेच्या व्यवस्थापनाची सवय व्हावी म्हणून निर्णय घ्यायला शिका. उदाहरणार्थ, भविष्यामध्ये चांगली सवय लागावी म्हणून प्रत्येक मीटिंग सुरू होण्यापूर्वी लवकर पोहोचण्याचा निर्णय घ्या. तुम्ही काहीतरी वेगळे करण्याच्या दृष्टिकोनातून सुस्पष्ट आणि निःसंदिग्ध असा एखादा निर्णय घेता, त्याच वेळी तुमच्या आयुष्यामध्ये बदल होण्यास सुरुवात होते. वेळेचे उत्तम नियोजन करणारा व्यवस्थापक व्हायचे असेल, तर 'निर्णय घेणे' हे पहिले महत्त्वाचे पाऊल आहे.

तुमच्या मनासाठी प्रोग्रॅम तयार करा

तुम्ही उच्चतम निर्मितिक्षम व्यक्ती बनण्याचा निर्धार केलात की, त्यानंतर व्यक्तिगत स्तरावरील अनेक प्रोग्रॅम टेक्निक्सचा तुम्ही सराव करू शकता.

सर्वप्रथम, आंतरिक संवाद बदलायचा. सुमारे ९५ टक्के आपल्या भावना आणि आपल्या त्यानुसार होणाऱ्या कृती या 'तुम्ही तुमच्याशी संवाद कशा साधता' यावर अवलंबून असतात. 'मी अतिशय उत्तम नियोजन करणारा/करणारी आहे आणि उच्च दर्जाची निर्मितिक्षमता माझ्यामध्ये आहे.' हे वाक्य सातत्याने आपल्या मनातल्यामनात म्हणत राहा. तुमच्यावर कामाचा ताण प्रचंड असेल आणि त्या ओझ्याखाली तुम्ही दबलेले असाल, तेव्हा त्यातून थोडासा वेळ काढा आणि स्वतःलाच पुन्हा सांगा, 'मी अतिशय उत्तम नियोजन करणारा/करणारी आहे आणि माझ्यामध्ये उच्च दर्जाची निर्मितिक्षमता आहे.'

'मी वेळेचे अतिशय उत्तम पद्धतीने नियोजन करू शकतो/शकते.' ही गोष्ट सातत्याने स्वतःच्या मनावर बिंबवा. लोक वेळेच्या वापराविषयी

विचारणा करीत असतील, तर त्यांनासुद्धा सांगा, 'मी वेळेचे उत्तम व्यवस्थापन करणारा/करणारी आहे.'

'मी उत्कृष्ट नियोजन करू शकतो/शकते' असे जेव्हा तुम्ही म्हणता, तेव्हा तुमचे अंतर्मन या शब्दांना आदेशाप्रमाणे स्वीकारते आणि त्या दिशेने कार्यप्रवण होते. तुमच्या वर्तणुकीत बदल होऊन उत्कृष्ट नियोजन व्हावे या दिशेने तुमच्या अंतर्मनाचे प्रयत्न आपोआप सुरू होतात.

तुम्हाला जसे व्हायचे आहे, तसे स्वतःलाच पाहायला शिका

स्वतःचा स्वभाव बदलण्याचा दुसरा मार्ग म्हणजे, स्वतःला वेळेचे उत्तम व्यवस्थापक असल्याचे कल्पनेच्या जगात पाहायला सुरुवात करा. स्वतःला उत्तम नियोजन करणाऱ्या, प्रभावी आणि आयुष्यावर नियंत्रण प्रस्थापित केलेल्या व्यक्तिमत्त्वाच्या रूपात पाहायला सुरुवात करा. ज्या व्यक्तिमत्त्वाला तुम्ही तुमच्या 'आत'मध्ये पाहायला सुरुवात कराल, तीच व्यक्ती 'बाहेर' प्रत्यक्षात साकारताना तुम्हाला दिसेल.

तुम्ही मुळातच चांगले नियोजन करणारे आणि उच्च निर्मितिक्षमता असणारे असाल, तर त्यापेक्षा वेगळे तुम्ही कसे वागू शकाल? आजच्या दिवसात तुम्ही जसे वागलेले असाल, त्यापेक्षा वेगळे तुम्ही कसे वागू शकाल? अतिशय शांत, संयमी, आत्मविश्वासू, अत्यंत कार्यक्षम, सुखवस्तू स्वभाव आणि अतिशय मोठ्या स्वरूपाचे कामही अल्पावधीत करण्याची क्षमता असे सारे गुण असणारे व्यक्तिमत्त्व 'स्वतःचे' आहे अशी कल्पना करायला या क्षणापासून सुरुवात करा.

अतिशय उच्चतम निर्मितिक्षमता असणारी व्यक्ती कशी दिसत असेल, याची कल्पना करायला सुरुवात करा. अशा व्यक्तीचे टेबल हे कायम स्वच्छ आणि नीटनेटके असेल का? अशी व्यक्ती कोणतीही अनावश्यक घाई–गडबड नसलेली आणि ताणविरहित असेल का? ज्या व्यक्तीने आपल्या वेळेवर आणि आयुष्यावर नियंत्रण प्रस्थापित केले

आहे, अशा व्यक्तीच्या रूपात 'स्वतःचे' व्यक्तिमत्त्व साकारले असल्याची प्रतिमा स्वतःच्याच मनात साकारण्याचा प्रयत्न करा.

'जणू काही' असे समजून कृती करा

तिसरा पर्याय म्हणजे, तुम्ही 'वेळेचे उत्कृष्ट व्यवस्थापक जणू बनलेलेच आहात' असं समजून वागायला सुरुवात करा. तुम्ही जे काही करता, ते उत्तम नियोजपूर्वक करता असा विचार करायला सुरुवात करा. जर वेळेच्या व्यवस्थापनात तुम्ही खरोखर चांगले असाल, तर कसे वागाल? तुम्ही कोणत्या गोष्टी वेगळ्या कराल? तुमचा वेळ आणि स्वतःची निर्मितिक्षमता यांच्या बाबतीत आत्ता ज्या गोष्टी करीत आहात, त्याच्यापेक्षा वेगळ्या पद्धतीने कशा कराल?

गंमत म्हणजे, तुम्हाला आजच्या घडीला जरी तुम्ही निपुण असे 'वेळेचे व्यवस्थापक' आहात असे वाटत नसले, तरीही तुम्ही तसे असल्याची कल्पना करायला सुरुवात कराल, तेव्हा या कृतीमुळे तुमची व्यक्तिगत कार्यक्षमता आपोआप वाढू लागेल. 'जोपर्यंत प्रत्यक्षात येत नाही, तोवर कल्पना करीत राहा.' या मार्गाचा अवलंब करून तुमच्या कृती, सवयी आणि स्वभाव तुम्ही निश्चितपणे बदलू शकाल.

२

तुमची मूल्ये निश्चित करा!

वेळेचे व्यवस्थापन; अर्थात आयुष्याचे व्यवस्थापन! तुमच्या आयुष्याची तत्त्वे काय आहेत, याच्या आधारावर व्यक्तिगत स्तरावरच्या निर्मितिक्षमतेचा विकास अवलंबून असतो. मर्फीचा कायदा असे सांगतो की, तुम्हाला कोणतीही गोष्ट करायची असेल, तर तुम्हाला त्यासाठी काहीतरी करावे लागते. त्यामुळे तुमची मौलिक मूल्ये कोणती आहेत हे निश्चितपणे माहीत झाल्याखेरीज तुम्ही वेळेचे योग्य व्यवस्थापन करू शकणार नाही.

वेळेच्या सुयोग्य व्यवस्थापनामध्ये, तुम्हाला ज्या गोष्टी सर्वांत महत्त्वाच्या वाटतात, त्या सर्व गोष्टी एका लयीमध्ये व संगतीमध्ये नियंत्रित करता येणे अत्यंत महत्त्वाचे असते. जर त्या गोष्टी तुमच्यासाठी तितक्या महत्त्वाच्या नसतील, तर स्वतःच्या वेळेवर नियंत्रण मिळवण्याची प्रेरणा मिळणार नाही आणि त्यादृष्टीने निर्धारही करू शकणार नाही.

स्वतःलाच एक प्रश्न विचारा, 'मी हे का करतो आहे, काय करतो आहे?' तुम्ही सकाळी लवकर का उठता? तुम्ही विशिष्ट स्वरूपाची नोकरी का करता? तुम्ही जिथे काम करता, तिथे का काम करता?

जीवनाला द्या अर्थ आणि उद्देश

प्रत्येक माणसाच्या आयुष्यात अर्थ आणि उद्देश यांची खूप गरज असते. व्यक्तिगत पातळीवर येणारा ताण आणि दुःख यांचे कारण काय असते, तर तुमच्या मनात जी आंतरिक मूल्ये आणि धारणा असतात, त्याच्या तुलनेत तुम्ही जे काही करत असता, त्या गोष्टी निरर्थक आणि निरुद्देशीय असतात. त्यामुळे कोणतीही गोष्ट सुरू करताना तुम्ही एक प्रश्न मनाला विचारला पाहिजे. तो म्हणजे, 'का?'

वेळेच्या व्यवस्थापनाची विविध तंत्रे वापरून तुम्ही वेळेचे व्यवस्थापन उत्तम करू शकाल; परंतु तुमच्यासाठी निरर्थक असणाऱ्या गोष्टी तुम्ही प्रभावीपणे करत राहिलात, तर त्याचा काय उपयोग होणार आहे? उलट, वाढत्या कार्यक्षमतेनुसार तुमच्यातील दुरावलेपण, अस्वस्थता, निराशा यांमध्ये वाढ होत जाईल.

तुमच्या दृष्टिकोनातून सर्वाधिक मौल्यवान काय आहे?

दुसरा प्रश्न तुम्ही तुमच्याच मनाला विचारायला हवा. तो म्हणजे, 'तुमच्या आयुष्यामध्ये सर्वांत मौल्यवान काय आहे?' 'तुम्हाला सर्वाधिक काळजी कशाची आहे आणि कोणत्या गोष्टीसाठी तुम्ही उभे राहू शकता?' तसेच 'कोणत्या गोष्टीसाठी तुम्ही उभे राहणार नाही?'

तुम्ही आयुष्यात जी मूल्ये महत्त्वाची मानता, त्यांच्याशी सुसंगत अशा स्वरूपात तुमच्या दिवसभरातील गोष्टी एका लयीत सुरू असतील, तरच खऱ्या अर्थाने आनंदी, मौल्यवान आणि सार्थक असल्याची भावना तुमच्या मनात तयार होईल. जेव्हा तुमच्या आयुष्यातील श्रद्धा आणि मूल्ये यांच्या संपूर्णतः विरोधातील गोष्टी तुम्ही काम करताना आणि एकूणच संपूर्ण आयुष्यामध्ये करीत असाल, तर त्यातून सर्व प्रकारचे ताणतणाव, अस्वस्थता आणि निराशा जन्म घेतल्याशिवाय राहणार नाही.

कामाचा प्रचंड ताण आल्यामुळे लोक पूर्णपणे थकून, खचून जात असल्याचे अनेक अहवाल उपलब्ध आहेत. परंतु त्याच वेळी, करत असलेल्या कामातून आनंद मिळत असेल, तर त्यात लोक जीव ओतून काम करतात. कारण ते त्यांच्या मूल्यांचे प्रतिबिंब असते. असे असेल, तर कोणत्याही प्रकारचा ताण अथवा थकवा येत नाही. तुम्ही मूल्यांसोबत जगता, तेव्हा नेहमीच तुमच्यात उत्साहाचा, ऊर्जेचा आणि सर्जनशीलतेचा सातत्यपूर्ण असा प्रवाह अनुभवता येतो. तुमच्या मूल्यांशी सातत्याने जुळवून घेऊ न शकणाऱ्या अशा ज्या गोष्टी असतात, त्यामुळे ताण जन्म घेत असतो.

स्वतःची मूल्ये, आंतरिक विश्वास आणि धारणा एकदा तपासून पाहा, नेहमीच्या कृतींमध्ये कोणते बदल करू शकता हे स्वतःलाच विचारा. हे झाले बाहेरच्या जगासाठी आणि आंतरिक पातळीवर तुमच्या आयुष्याचे प्राधान्यक्रम काय असायला हवेत, हे स्वतःला विचारा. हे परस्परांशी सुसंगत आहे का, ते पाहा.

तुम्ही असामान्य आहात!

तुम्ही अतिशय निराळे आणि अत्युत्तम असे व्यक्तिमत्त्व असलेली व्यक्ती आहात, हे जाणून घ्या आणि स्वतःशी याचा मनःपूर्वक स्वीकार करा. तुमची मूल्ये संपूर्ण आयुष्यामध्ये सातत्याने वृद्धिंगत आणि विकसित होत असतात. आयुष्यावर असणाऱ्या प्रभावांचा आणि अनुभवांचा तो एकत्रित परिणाम असतो. तुमच्या मानसिक आणि भावनिक डीएनएचा तो भाग असतो. ही मूल्ये तुमच्या चारित्र्याचा आणि व्यक्तिमत्त्वाचा भाग असतात. काळानुसार त्यात बदलही होत जातात. तुम्ही कोणत्या मूल्यांना सर्वाधिक महत्त्वपूर्ण मानता हे जाणून घेण्याची संधी; म्हणजे तुमचे काम. हे जाणून घेतल्यानंतर तुम्ही जे आयुष्य जगत आहात, ते सुनियोजित करता येऊ शकते आणि त्या मूल्यांच्या बरोबरीने पुढे आयुष्यभर काम करायचे असते.

स्वतःचे विश्लेषण करा

तुम्ही 'आतून' नक्की कसे आहात हे जाणून घ्यायचे असेल, तर पुढे दिलेल्या प्रश्नांना पूर्ण करणारी उत्तरे दिल्यास त्याची प्रचिती खऱ्या अर्थाने येऊ शकते. प्रत्येक वाक्य पूर्ण करा.

१. *मी आहे...* कुठल्याही अनोळखी व्यक्तीने तुम्हाला हा प्रश्न विचारला की, 'तुम्ही खरे कोण आहात?' तर तुमचे उत्तर काय असेल. स्वतःविषयी काही सांगण्यासाठी तुम्ही प्राधान्याने कोणत्या शब्दांचा वापर कराल? तुम्ही स्वतःविषयी सांगताना कामाच्या संदर्भात ते सांगाल? की 'व्यक्ती' म्हणून तुमच्यामध्ये कोणते गुण आहेत, त्यांचा तुम्ही उल्लेख कराल की तुमच्या स्वप्न आणि आशा–आकांक्षा कोणत्या आहेत, याविषयी बोलाल? तीन ते पाच शब्दांचा वापर करून 'मी... आहे.' हे वाक्य पूर्ण करायचा प्रयत्न कराल.

सभोवताली असणाऱ्या काही लोकांशी जर तुम्हाला संवाद साधायला मिळाला, तर त्यांना तसेच ज्यांच्यासमवेत तुम्ही राहता आणि काम करता, अशा लोकांना हाच प्रश्न विचारा. ते तुमच्याविषयी काय सांगतील? तुमच्या मूल्यांच्या संदर्भात दुसरी व्यक्ती तुमच्याविषयी काय सांगेल आणि तुम्ही 'खरे' काय आहात, याविषयी त्याचे मत काय असेल? अर्थातच तुमची वागणूक कशी आहे आणि तुम्ही इतर लोकांशी कसे वागता, यावर ते आधारित असेल. तुम्ही आतून एक 'माणूस' म्हणून कसे आहात, याविषयीचा निष्कर्ष ते कसा काढतील?

२. *लोक म्हणजे...* तुमच्या सभोवताली असणाऱ्या लोकांचा क्षणभर विचार करा. माणसांची जी धावपळीची स्पर्धा सुरू आहे, त्याचे वर्णन तुम्ही कसे कराल? लोक चांगले, सुस्वभावी आणि प्रेमळ वाटतात का? की लोक तुम्हाला आळशी, विश्वास ठेवण्याच्या

लायकीचे नसलेले आणि अप्रामाणिक आहे असे वाटतात का? तुमचे जे काही उत्तर असेल, त्याचा 'तुम्ही तुमच्या सभोवताली असणाऱ्या लोकांशी तुम्ही कसे वागता' यावर मोठा प्रभाव पडेल, हे कायम लक्षात ठेवा. तुमचे समर्पक असे उत्तर हे कुटुंब, मित्रपरिवार आणि एक प्रभावी अधिकारी म्हणून तुम्ही कसे आहात, याचे विश्लेषण करणारे असेल.

३. *आयुष्य हे...* या प्रश्नावरचा तुमचा प्रतिसाद भले साधा-सोपा असेल; परंतु ते उत्तर म्हणजेच तुमचे जीवनविषयक तत्त्वज्ञान असेल. सकारात्मक, निरोगी, आनंदी लोक आयुष्याकडे एक 'सुंदर अनुभव' म्हणून पाहतात. आयुष्यात कितीही चढउतार आले, तरीही त्याकडे एक धाडसी साहसाचा आनंद म्हणून पाहतात.

मला ज्या काही कथा आवडतात, त्यातील एक आवडीची कथा आहे. एक तरुण मुलगा एका वृद्ध तत्त्ववेत्त्याकडे जातो आणि म्हणतो, 'आयुष्य अवघड आहे.'

त्यावर तो तत्त्ववेत्ता म्हणतो, 'कशाच्या तुलनेत?'

हेलन केलर म्हणतात त्यानुसार, 'आयुष्य हे धाडसाने सामोरे जावे असे साहसी आव्हान आहे किंवा यापैकी काहीही नाही.' तुमच्या दृष्टीने आयुष्य काय आहे?

४. *माझे आयुष्यातील सर्वांत मोठे ध्येय...* जर तुम्हाला आयुष्यात तुमचे ध्येयपूर्ती करण्याची संधी मिळाली, तर तुमचे आयुष्यातील सर्वांत मोठे ध्येय काय असेल? ते अल्पकालीन असो वा दीर्घकालीन, त्याचा सर्वांत मोठा सकारात्मक परिणाम तुमच्या आयुष्यावर पडणार आहे का? आता खाली दिलेली ही वाक्ये पूर्ण करा.

'करिअरमधील माझे सर्वांत मोठे ध्येय...'

'माझ्या कुटुंबासाठी माझे सर्वांत मोठे ध्येय...'

हे काही सर्वांत प्रभावी आणि महत्त्वाचे असे प्रश्न आहेत. ते तुम्ही कधीही 'स्वतःला' विचारून त्यांची उत्तरे मिळवू शकता. तुम्ही जेव्हा उत्तरांच्या बाबतीत सुस्पष्ट असाल – अर्थात हे असे होणे सोपे नाही. पण तेव्हा खऱ्या अर्थाने सध्याच्या वेळेच्या बाबतीत आणि तुमच्या आयुष्याच्या प्राधान्यक्रमाबाबत सुसंगतपणा आणण्यासाठी कोणते बदल घडवून आणणे गरजेचे आहे, हे तुमच्या लक्षात येऊ शकेल.

नेपोलियन हिलच्या मते, 'तुम्हाला तुमच्या आयुष्यातील सर्वांत मोठे ध्येय सुस्पष्ट दिसू लागते, तेव्हाच आयुष्य महान होण्यास सुरुवात होते.'

मग आता तुमच्या आयुष्यातील महत्त्वाचे ध्येय काय आहे?

३

तुमचा दृष्टिकोन आणि ध्येय यांचा विचार करा

गेल्या काही वर्षांमध्ये लिहिल्या गेलेल्या पुस्तकांपैकी सर्वोत्तम असे लिहिले गेलेले एक पुस्तक; म्हणजे डॅनियल कॅहनेमन्स यांचे *थिंकिंग फास्ट अॅन्ड स्लो* हे आहे. आपल्या दैनंदिन आयुष्यामध्ये जी काही परिस्थिती आपल्यासमोर उभी राहते, त्याचा विचार आपण दोन भिन्न पद्धतींनी करणे आवश्यक आहे, अशी भूमिका त्यात मांडण्यात आली आहे.

अल्पकालीन कामे, जबाबदाऱ्या, कृती, समस्या आणि परिस्थिती हाताळण्यासाठी सामान्यतः वेगाने विचार करण्यावर भर दिला जातो. त्यानुसार अतिशय तत्परतेने आणि वेगाने कृती केली जाते. बहुतांश वेळेस दैनंदिन कृतीमध्ये वेगवान विचार उपयुक्त व योग्य ठरत असतो.

या पुस्तकात विशद केलेला दुसरा प्रकार आहे, शांतपणे विचार करण्याचा. आपण जी काही कृती करणार आहोत, ती करण्यापूर्वी तुम्ही एक पाऊल मागे येता आणि त्याविषयी अधिक सखोलपणे व काळजीपूर्वक विचार करता आणि त्या परिस्थितीच्या सर्व बाजूंचा नीट विचार करता. कॅहनेमन्स यांच्या मते, तुम्ही शांतपणे विचार करता तेव्हा त्यात अपयशाच्या

बाजूचाही विचार केला जातो. आपण आयुष्यामध्ये ज्या अनेक चुका करतो, त्यामध्ये याचा विचार खरे तर आवश्यक असतो.

वेळेचे उत्तम व्यवस्थापन करण्यासाठी आणि आपल्या आयुष्यावर नियंत्रण मिळवण्यासाठी शांतपणे विचार करण्याची नियमित सवय लावून घेणे आवश्यक असते. 'मी नक्की काय करायचा प्रयत्न करतो आहे?' या प्रश्नापासून सुरुवात करा.

कृती करण्यापूर्वी विचार करा

अनेकदा, आपण खूप मनापासून एखाद्या गोष्टीसाठी कष्ट करत असतो; परंतु जे काही करतो आहोत, ते खरोखर आपल्याला करायचे आहे का याविषयी थोडेसे थांबून विचार होत नाही.

सॅन दिअ‍ॅगोहून लॉस एंजेलिसला एक पती-पत्नी त्यांच्या कारने निघालेले होते. रस्ता त्याच्या परिचयाचा नव्हता, तरीही तो भन्नाट वेगाने कार चालवत होता. एका ठरावीक टप्प्यानंतर पत्नीने त्याला विचारले, "राजा, लॉज एंजेलिसच्या मार्गावर फोनिक्स आहे का?"

त्यावर तो म्हणाला, "तू असं का विचारते आहेस?"

ती म्हणाली, "आपण फोनिक्सच्या रोडवर आहोत अशी खूण मी नुकतीच पाहिली, म्हणून म्हटलं."

तो म्हणाला, "असू दे. आपला वेळ तर आनंदात चाललाय ना."

आपल्या जीवनाचा एक्सलरेटर दाबण्यापूर्वी आपल्याला नक्की कुठे जायचे आहे, याची सुस्पष्ट दिशा असणे आवश्यक आहे.

डेव्हिल्स डिक्शनरी या पुस्तकामध्ये अ‍ॅम्ब्रोस बिअर्स यांनी लिहिले आहे की, 'केवळ कल्पनेच्या मनोराज्यात रमत राहिल्याने मुख्य उद्दिष्ट विसरले जाते आणि त्यातून दुप्पट मेहनत करावी लागते.'

महान आयुष्य निर्माण व्हावे असे तुमचे ध्येय आहे का? तुम्हाला उत्तम करिअर साकारायचे आहे की उत्तम काम उभे करायचे आहे? तुमची थांबून राहण्याची क्षमता, आत्मपरीक्षण आणि स्वतःमध्ये डोकावून

पाहण्याची सवय, शांतपणे विचार करणे या गोष्टी तुमच्या वेळेचे नेमके नियोजन करण्याच्या दृष्टीने उपयोगी असतात. त्यांद्वारे आपण अधिक निर्मितिक्षम होतो. आयुष्यातील सर्वांत मोठा आनंद, समाधान प्राप्त करू शकतो.

'शेवट काय असेल' हे मनाशी ठरवा

तुम्हाला जे करायची इच्छा आहे, त्याचे बाह्य स्वरूप काय आहे याविषयी सुस्पष्टता असावी. स्टीफन कोव्हे यांच्या मते, 'सुरुवात करतानाच मनात शेवट असू द्या.' तुम्ही ज्यासाठी कष्ट घेत आहात, त्याचा शेवट, त्याची लक्ष्यपूर्ती काय आहे याचा अंदाज आधीच मनाशी बांधून ठेवा. दिवसाच्या अखेरीस तुम्हाला कोणत्या प्रकारचा शेवट अपेक्षित आहे? यशाच्या शिडीवर जेव्हा तुम्ही चढायचा प्रयत्न करीत असाल, तेव्हा ती शिडी योग्य इमारतीवर उभी आहे ना, याचीही खात्री करा.

पुरेसे पैसे मिळवावेत आणि आयुष्य सुखी करावे व त्याद्वारे आनंदी आयुष्य जगावे यासाठी तुम्ही काम करीत आहात का? तुमचे तुमच्या कामावर मनापासून प्रेम आहे म्हणून तुम्ही काम करता का? की तुम्ही एखाद्या मिशनवर आहात आणि तुम्हाला ते पूर्णत्वास नेणे अतिशय महत्त्वाचे आहे असे तुम्हाला वाटते म्हणून तुम्ही ते काम करत असता?

तुम्ही जेव्हा तुमचे सर्वोच्च लक्ष्य प्राप्त कराल, तेव्हा जगाने तुमच्याकडे कसे पाहावे असे तुम्हाला वाटते? तुमचा स्वतःविषयी दृष्टिकोन काय आहे आणि दीर्घकाळासाठी तुम्ही स्वतःच्या करिअरचा कसा विचार करता? तुमचे ध्येय काय आहे? इतर लोकांच्या आयुष्यामध्ये कोणता बदल घडवावा असे तुम्हाला मनापासून वाटते?

केवळ बिले भरण्यासाठी तुम्ही पैसे मिळावेत म्हणून तुम्ही जर काम करीत असाल, तर उच्च स्तरावरची बांधिलकी आणि उत्साह निर्माण करणे आणि तो टिकवणे हे पुढील काळामध्ये अवघड होत जाईल. जर तुम्हाला खरोखर आनंदी आणि समाधानाने परिपूर्ण व्हायचे असेल,

तर तुमच्यापेक्षा मोठे असे काहीतरी लक्ष्य ठेवून ते पूर्णत्वास नेण्याच्या दिशेने प्रयत्न करा आणि त्याद्वारे तुमच्या व इतरांच्या आयुष्यात आणि कामामध्ये वेगळेपण तुम्ही निर्माण करू शकाल.

तुमची कार्यपद्धती तपासा

आपण काय करतोय याविषयी जर तुम्ही सुस्पष्ट असाल, तर त्यानंतर तुम्ही स्वतःच्या मनाला पुन्हा प्रश्न विचारायला हवा, ''मी हे कसे करणार आहे?'' प्रत्येक वेळी हा प्रश्न स्वतःला विचारा आणि त्याचे उत्तर काय असेल, ते पाहा. त्यातून प्रत्येक परिस्थितीकडे पाहण्याची एक दृष्टी प्राप्त होईल आणि आपण योग्य मार्गावर आहोत की नाही, हेसुद्धा कळत राहील.

जेव्हा आपल्याला काय करायचे आहे, ते कसे करायचे आहे हे स्पष्ट असेल, तेव्हा स्वतःला तिसरा प्रश्न विचारायला हवा, 'ते कसे चालले आहे?'

तुम्ही ज्या पद्धतीने आत्ता हे काम करीत आहात, तो मार्ग सर्वांत प्रभावी आणि सर्वांत वेगवान आहे का? ज्या वेगाने प्रगती होत आहे, त्यामुळे तुम्ही समाधानी आहात का? सारे काही सुरळीत सुरू आहे का की तुमच्या प्रवासामध्ये खूप सारे अडथळे आणि खाचखळगे येत आहेत?

सर्वांत महत्त्वाचे म्हणजे, तुमच्या गृहीतकांपुढे प्रश्न उपस्थित करा. पीटर ड्रकर म्हणतात त्यानुसार, 'प्रत्येक अपयशाच्या डोक्यावर चुकीची गृहीतके विसावलेली असतात.'

तुमचे काम आणि तुमचे आयुष्य याविषयीचे तुमचे गृहीतक काय आहे? तुमची जागृत गृहीतके काय आहेत? सुप्तावस्थेतील आणि ज्यांना प्रश्न विचारण्यात आलेले नाहीत, अशा स्वरूपाची तुमची गृहीतके काय आहेत? कष्ट करणारे अनेक लोक हे खोट्या गृहीतकांच्या आधारावर काम मोलमजुरी करीत राहतात आणि त्याला ते कधीही प्रश्न उपस्थित करीत नाहीत.

चांगल्या पर्यायाचा शोध घ्या

'हे सारे कसे सुरू आहे?' या प्रश्नाचा माग घेतल्यानंतर तुम्ही आणखी एक महत्त्वाचा प्रश्न विचारला पाहिजे, 'यासाठी आणखी काही चांगला मार्ग असू शकेल का?'

व्यावसायिक उद्दिष्ट साध्य करण्यासाठी नेहमीच वेगळे आणि अधिक चांगले पर्याय उपलब्ध असतात, ही वस्तुस्थिती आहे. हा दुसरा मार्ग अधिक वेगवान, स्वस्त, सहजतेने करण्यासारखा सोपा आणि अधिक प्रभावी असू शकतो.

एक मौलिक वाक्य : 'केवळ आयुष्याचा वेग वाढवण्यापेक्षा आयुष्यात बरेच काही आहे.'

अनेक लोक खूप कष्ट करीत असतात; परंतु एकतर त्यांची दिशा चुकलेली असते अथवा मग ते चुकीच्या मार्गाने जात असतात. आपल्याला नक्की काय करायचे आहे याविषयी सुस्पष्टता नसते आणि त्या साऱ्याचा शेवट कुठे करायचा आहे याविषयीही माहिती नसते. परंतु ते चुकीचे असू शकतात या शक्यतेचा सामना करण्याची अथवा ते समजून घेण्याची त्याची तयारीच नसते. जर स्वतःला अवघड प्रश्न विचारायचे आणि उत्तरांचा शोध घ्यायचा असेल, तर शांतपणे विचार करण्याची सवय लावून घ्यावी लागते. परंतु त्यानंतर व्यवसायातील लक्ष्य साध्य करण्यासाठी आणि तुमचे ईप्सित कार्य पूर्ण करण्यासाठी निश्चितपणे वेग येतो.

४

वेध भविष्याचा... भान वर्तमानाचे!

कोणत्याही क्षेत्रात अगर व्यवसायामध्ये सर्वांत महत्त्वाचे आणि मौल्यवान असे कोणते काम आपण करीत असतो माहीत आहे का? ते म्हणजे *विचार!* अन्य कोणतीही गोष्ट करण्यापेक्षा सुस्पष्ट विचार करण्याची तुमची क्षमता किती आणि तुम्ही तो विचार कशा पद्धतीने करता, यावर भविष्यातील परिणामांचे यश सर्वस्वी अवलंबून असते.

तुमच्या कामामध्ये अशा काही जागा असतात, जिथे तुम्हाला सर्वोत्तम असे योगदान द्यायचे असते, अशा वेळी 'शांतपणे केलेला विचार' सर्वाधिक महत्त्वाचा ठरत असतो.

दररोज दिवसभराची धावपळ सुरू होण्यापूर्वी किमान अर्धा तास स्वत:साठी काढा. तुमचे ध्येय, तुमच्या योजना आणि तुमची प्रगती यांचा आढावा घ्या. सकाळच्या प्रसन्न वेळी हे नियोजन केलेले अधिक चांगले. विचार करण्यासाठी, योजना आखण्यासाठी, स्वप्न पाहण्यासाठी आणि ती प्रत्यक्ष साकारण्यासाठी हाताशी वेळ अवश्य राखून ठेवा. सर्व मोठे उच्चपदस्थ लोक, अतिशय प्रभावी व यशस्वी पुरुष व स्त्रिया दररोज असा

वेळ काढतातच. दिवस सुरू करताना आधी आपण काय करणार आहोत याचे सुस्पष्ट नियोजन ते न विसरता आणि काळजीपूर्वक करतात. त्यामुळे आपणही आपल्या कृतींना सुरुवात करण्यापूर्वी वाचले पाहिजे, त्याचा आढावा घेतला पाहिजे आणि त्याचा विचार केला पाहिजे.

गेल्या अनेक वर्षांपासून मी शेकडो यशस्वी स्त्री-पुरुषांची चरित्रे व आत्मचरित्रे वाचत आलो आहे. या साऱ्यांमध्ये मला एक समान धागा आढळून आला. खरे मोठेपण उजळून निघायचे असेल, तर आत्मपरीक्षण, सिंहावलोकन, एकाग्रता आणि चिंतन यांच्या माध्यमातूनच ते साध्य होत असते. आपण कोण आहोत, आपल्याला नक्की काय हवे आहे, आणि ते प्राप्त करण्याचा सर्वोत्तम असा मार्ग कोणता हा विचार करण्यासाठी जेव्हा आपण स्वतःकरता निश्चित वेळ देतो, तेव्हाच आपण महान बनण्याच्या दिशेने आवश्यक असणारी क्षमता प्राप्त करत असतो.

आपले आयुष्य आणि आपण करीत असलेल्या विविध गोष्टी यांना थोड्या व्यापक परिप्रेक्ष्यामध्ये पाहून त्याचे मूल्यमापन करण्यासाठी वेळ काढा. आज तुम्ही कुठे आहात आणि येणाऱ्या पाच वर्षांत स्वतःला कुठे पाहू इच्छिता, याचा विचार करा. आज ज्या गोष्टींमध्ये तुम्ही अडकलेले आहात, त्यांचा विचार करा आणि भविष्यावर त्याचा नेमका कोणता प्रभाव पडणार आहे, याचाही विचार करा. जर असा विचार करण्याची सवय लावून घेतली, तर तुम्ही या क्षणी कल्पनाही केलेली नसेल, इतक्या चांगल्या पद्धतीने स्वतःच्या वेळेचे उत्तम नियोजन करू शकाल. सखोल विचारांच्या आणि चिंतनाच्या प्रक्रियेमध्ये बऱ्याचदा एखादी उत्तम कल्पना जन्म घेऊ शकते. त्या माध्यमातून कष्टामध्ये व्यतीत होणारे तुमचे कितीतरी महिने, कितीतरी तास वाचू शकतात.

दीर्घकालीन दृष्टिकोन

अमेरिकेतील आणि जगभरातील उच्च स्तरावर कामगिरी करणाऱ्या ज्या व्यक्ती आहेत, त्यांचे वर्तन आणि स्वभाव यांचे तब्बल ५० वर्षांहून

अधिक काळ संशोधन करण्याचे खूप मोठे काम हार्वर्ड विद्यापीठाचे डॉ. एडवर्ड बॅनफिल्ड यांनी केलेले आहे. कमी अथवा सुमार दर्जाची कामगिरी करणारे आणि उच्च दर्जाची कामगिरी करणारे लोक यांच्यामध्ये फरक ज्यामुळे निर्माण होतो, अशी एक गोष्ट त्यांनी निदर्शनास आणून दिली. ते त्याला म्हणतात, 'दीर्घकालीन दृष्टिकोन' बॅनफिल्ड यांना संशोधनातून व अभ्यासातून असे लक्षात आले की, उच्च कामगिरी करणाऱ्या लोकांना भविष्याचा वेध नेमकेपणाने घेता येतो व त्या दिशेने त्यांचे विचार आकार घेत असतात. ही दृष्टी १० ते २० वर्षांपुढचीसुद्धा असते. भविष्यात इतक्या पुढे गेल्यानंतर आपले आयुष्य त्यांना नेमके कसे हवे आहे आणि त्यांना त्यासाठी काय काम करायचे आहे, याविषयीची एक सुस्पष्ट दृष्टी त्यांनी विकसित केलेली असते. त्यानंतर ते पुन्हा वर्तमानात परत येऊ शकतात आणि भविष्यात आपल्याला नेमके जे साध्य करायचे आहे, त्या दृष्टीने या क्षणाला सुरू असणारे काम सुयोग्य पद्धतीने आणि सातत्याने सुरू आहे ना, याकडे लक्ष देऊ शकतात.

हे अतिशय प्रभावी असे तंत्र असून, ते तुम्हीदेखील अवलंबू शकता. पुढील एक, दोन अथवा तीन वर्षांनंतरचे लक्ष्य निश्चित करा. प्रत्येक टप्प्यावर तुमचे आयुष्य आदर्श पद्धतीने पुढे जात असल्याची कल्पना करा. जर सारे काही सुरळीत असेल, तर तुमच्या कामाचे स्वरूप कसे असेल, याचे एक कल्पनाचित्र तुमच्या मनामध्ये तयार करा. भविष्याचे हे स्वप्न रंगवत असतानाच आपल्या आजूबाजूला पाहा आणि तुमचे आदर्श असे आयुष्य व कामाची स्थिती यांविषयी विश्लेषण करा. भविष्यातील हे आदर्श आयुष्य जर हवे असेल, तर सद्यःस्थितीत तुम्ही सातत्याने कोणत्या गोष्टी करीत आहात, हा प्रश्न स्वतःलाच विचारा.

भविष्याच्या त्या परिप्रेक्ष्यातून पुन्हा एकदा आजच्या क्षणाकडे व स्वतःकडे पाहा. आज तुम्ही नक्की कुठे आहात आणि तिथे पोहोचण्यासाठी तुम्हाला कोणती निश्चित पावले उचलावी लागतील,

याचा विचार करा. अनेक उच्चपदस्थ लोक 'भविष्यातून मागे आजच्या परिस्थितीत' डोकावण्याचा सराव नियमितपणे करीत असतात.

सद्य:स्थितीत अधिक चांगले निर्णय घ्या

उदाहरणादाखल सांगायचे झाले तर, एखाद्या तरुण मुलीचे स्वप्न असे आहे की, आपण जेव्हा प्रौढ होऊ, तोपर्यंत आपल्यातून एक 'यशस्वी उद्योजिका' साकारलेली असेल. हा दीर्घकालीन दृष्टिकोन मनात जर अतिशय सुस्पष्ट असेल, तर शाळेपासूनच चांगल्या ग्रेड्स मिळवण्यासाठी प्रयत्न केले जाऊ शकतात व अधिक कष्ट घेतले जाऊ शकतात. महाविद्यालयात गेल्यानंतरसुद्धा अधिक अवघड अभ्यासक्रमांची निवड करून अन्य सहकारी विद्यार्थ्यांपेक्षा वेगळेपण राखले जाऊ शकते. त्याचप्रमाणे वर्गात टॉप येण्याचा प्रयत्न केला जाऊ शकतो.

अनेक वर्षांचे कष्ट आणि अभ्यास त्याचप्रमाणे पार्टी, खेळ, सामाजिक आयुष्य यांना बाजूला ठेवल्यामुळे एखादा पदवीधर विद्यापीठात वरचा क्रमांक मिळवू शकतो आणि अशा विद्यार्थ्याला अचूक हेरून एखादी कंपनी चांगल्या भरगच्च पगाराची नोकरीही देऊ शकते. अशा वेळी तिला अधिक पगाराची संधी मिळते आणि वर्गातील अन्य सहकाऱ्यांच्या तुलनेत तिला पदोन्नतीही चांगली मिळत जाऊ शकते. याचे कारण अन्य विद्यार्थ्यांनी भविष्याचा अजिबात विचार केलेला नसतो.

भविष्यात आपल्याला काय व्हायचे आहे याची सुस्पष्टता जेव्हा आपल्या मनाशी असते, तेव्हा वर्तमानामध्ये निर्णय घेणे खूप सोपे होते. दीर्घकालीन दृष्टिकोन चांगला असेल, तर आपली अल्पकालीन निर्णयप्रक्रिया अधिक चांगली होते, असा हा साधासुधा नियम आहे. असे म्हटले जाते की, 'जर तुम्हाला तुम्ही कुठे जात आहात हेच माहीत नसेल, तर कोणताही रस्ता तुम्हाला तिथे नेऊन पोहोचवेलच.'

दीर्घकालीन दृष्टिकोन विकसित करण्याची सवय ही एक वेगळे सामर्थ्य प्रदान करते. भविष्याचा वेध घ्यायचा आणि वर्तमानात लक्ष

द्यायचे. अशा पद्धतीने गेल्यास कोणत्या पायऱ्यांनी पुढे जायचे याचाही अदमास येत जातो आणि त्याच वेळी अनेक चुकाही टाळता येऊ शकतात. या सरावातून आपल्या मूल्यांचाही आढावा घेणे आपल्याला शक्य होते. या माध्यमातून आपला वेळ आणि कृती सुनियोजित करण्याच्या दृष्टीने आंतरिक साधने प्राप्त होतात. त्यामुळे भविष्यातील 'आदर्श' असे आयुष्य घडवण्याच्या दिशेने जात असताना आजचा वर्तमान योग्य रीतीने साकारला जात असतो.

वेळेच्या व्यवस्थापनाचे तंत्र आत्मसात करण्यासाठी तयार व्हा

जर ईप्सित ठिकाणी जाण्यासाठी तुम्ही लक्ष्य निर्धारित केलेलेच नसेल, तर तुम्हाला नुसतेच अधिक वेगाने जाण्याची गरज नाही. जर स्वतः निर्धारित केलेल्या दिशेने तुम्ही जातच नसाल, तर ती गोष्ट पूर्ण करण्यासाठी आवश्यक असणाऱ्या वेळेचे नुसते नियोजन करण्यात काहीही अर्थ उरत नाही. सुस्पष्ट अशी भविष्याची दृष्टी नसेल, तर वेळेच्या व्यवस्थापनाचे धोरण आणि तंत्र अवलंबून तुम्ही ध्येयापर्यंत पोहोचू शकणार नाही; केवळ त्याचा कामाचा वेग वाढल्याचे समाधान असेल इतकेच.

स्वतःचे आयुष्य आणि कामामधील मूल्य, दृष्टी आणि लक्ष्य यांविषयी जेव्हा आपण सुस्पष्टता असेल आणि आपल्याला नक्की काय साध्य करायचे आहे याविषयी एक सुस्पष्टता असेल तसेच ते साध्य करण्याचा सर्वोत्तम मार्ग गवसलेला असेल, केवळ तेव्हाच वेळेच्या व्यवस्थापनाची प्रभावी तंत्रे आपल्यासाठी खऱ्या अर्थाने उपयुक्त ठरतील. अन्यथा नाही.

५

कागदावर उतरवा तुमच्या योजना

वेळेचे यशस्वी नियोजन करणारे व्यवस्थापक हे उत्तम योजनाकार असतात. प्रत्येक महत्त्वाचे काम आणि तुलनेने कमी महत्त्वाचे काम अशा सर्व कामांची यादी व उपयादी करून ते पूर्ण करण्यासाठी नियोजनपूर्वक आखणी करतात. जेव्हा कोणताही प्रकल्प त्यांच्याकडे येतो, तेव्हा तो पूर्णत्वास नेण्यासाठी निश्चितपणे काय करायला हवे, याचा विचार करण्यासाठी ते स्वतंत्र वेळ देतात. त्यानंतर ते प्राधान्यक्रमानुसार ते लिहून काढतात. तो प्रकल्प पूर्ण करण्यासाठी प्रत्येक टप्प्यावर कोणते पाऊल उचलणे आवश्यक आहे, हे सविस्तर लिहितात.

जेव्हा तुम्ही नियोजन करण्यासाठी एक मिनिट व्यतीत करता, तेव्हा प्रत्यक्ष कार्यवाहीतील दहा मिनिटे तुम्ही वाचवलेली असतात, हा वेळेच्या व्यवस्थापनातील एक साधा; पण महत्त्वाचा नियम आहे. एखादे काम सुरू करण्यापूर्वी जे साध्य करायचे आहे, ते आणि त्याचे नियोजन कागदावर लिहून काढतो, तेव्हा त्याच्या मोबदल्यात आपल्याला १०० टक्के नवी ऊर्जा मिळत असते. प्रत्येक मिनिटामागे वाचवलेली दहा मिनिटे

आपल्याला कामाचे उत्तम नियोजन करण्यासाठी प्राधान्यक्रम मिळवून देत असतात.

जेव्हा ध्येय निश्चित असते, तेव्हा ते साध्य करण्यासाठी कोणकोणत्या गोष्टी कराव्या लागणार आहेत, याची यादी आपण करतो. ही यादी पूर्ण होईपर्यंत सातत्याने नव्याने सुचणाऱ्या गोष्टी त्यामध्ये समाविष्ट केल्या जातात. ही यादी दोन प्रकारे तयार करा. एक म्हणजे संगतीनुसार आणि दुसरे म्हणजे प्राधान्यक्रमानुसार.

एखादे ध्येय अथवा प्रकल्प पूर्ण करण्यासाठी सुरुवातीच्या पहिल्या पावलापासून ते शेवटच्या टप्प्यापर्यंत पहिल्यांदा संगतीनुसार नियोजन आवश्यक असते. त्यासाठी प्रथमतः कोणत्या क्रमाने कृती करणे आवश्यक आहे, याची एक यादी आपण तयार करतो. हेन्री फोर्ड म्हणतात त्याप्रमाणे, 'जर छोट्या छोट्या भागांमध्ये व्यवस्थित विभाजन केले, तर सर्वांत मोठे लक्ष्यसुद्धा साध्य करणे अशक्य नाही.'

दुसरे म्हणजे, या सर्व बाबी लिहून काढल्यानंतर त्याचा प्राधान्यक्रम ठरवणे आवश्यक आहे. आपण ज्या काही गोष्टी करत असतो, त्यातील २० टक्के बाबींसाठी ८० टक्के लक्ष्य आणि महत्त्व केंद्रित करावे लागत असते, हे स्वीकारूनच पुढे जावे लागते. प्राधान्यक्रम निश्चित केल्याचा फायदा हा असतो की, आपल्या महत्त्वाच्या कृतींवर आपले लक्ष्य केंद्रित राहते. ते कोणत्याही परिस्थितीत विचलित होत नाही. गॉथे म्हणतात, ''अत्यंत महत्त्वाच्या गोष्टी करत असलो, तरी कमी महत्त्वाच्या गोष्टींवर जणूकाही उपकार करतोय अशा भावनेतून ते करू नये.''

जेव्हा जेव्हा निराशा दाटून येते अथवा थांबून राहिल्यासारखे वाटते, तेव्हा प्रत्येक वेळी आपल्या या योजनांना अधूनमधून नियमितपणे पाहत राहायला हवे. एखादा नवा प्रतिसाद अथवा माहिती मिळाल्यास आपल्या योजना नव्याने सुधारण्यासाठी कायम तयार राहा. प्रत्येक योजनेमध्ये काही ना काही मोठ्या अथवा लहानसहान त्रुटी राहत असतातच. सातत्याने त्यांचा शोध घेत राहा. जेव्हा तुम्ही दररोज तुमच्या योजनांचा

आढावा घेता, तेव्हा त्यातूनच नव्या कल्पना, दृष्टिकोन आणि अंतःप्रेरणा मिळत जातात. हे लक्ष्य पूर्ण करण्यासाठी यापूर्वी आपण जो विचार केलेला असतो, त्यापेक्षा अधिक वेगाने ते लक्ष्य पूर्ण करण्याची दुप्पट प्रेरणा मिळत जाते.

नियोजनाविना केलेली कृती हे प्रत्येक अपयशाचे खरे मूळ असते. जोपर्यंत एखाद्या गोष्टीचे योग्य नियोजन केलेले नसते, तोपर्यंत त्यासाठी कृती करण्याची अनिवार ओढ निर्माण होत असते, मात्र ती टाळणेच श्रेयस्कर.

लक्ष्य साध्य करण्यासाठी नियोजन

यशाशी संबंधित सर्वांत महत्त्वाचा कोणता शब्द असेल, तर *सुस्पष्टता!* यशस्वी माणसांना ते नेमके कोण आहेत आणि आयुष्याच्या प्रत्येक क्षेत्रात त्यांना नेमके काय हवे आहे याचे सुस्पष्ट असे भान असते. यशस्वी माणसे त्यांची लिखित उद्दिष्टे, ध्येय साध्य करण्यासाठी त्याच्या कृतीची योजना लिहीत असतात आणि दररोज न चुकता, अखंडितपणे त्याचे अनुकरण करीत असतात.

जेव्हा तुम्ही स्वतःसाठी आणि स्वतःच्या व्यवसायासाठी मोठे लक्ष्य निश्चित केलेले असेल, तेव्हा पुढील चार प्रश्न तुम्ही उपस्थित करायला हवेत.

१. *तुम्ही आणि तुमची लक्ष्यपूर्ती यांच्या दरम्यान कोणत्या अडचणी आणि आव्हाने येऊ शकतात? तुम्ही तुमच्या त्या लक्ष्यापर्यंत अद्याप पोहोचू का शकला नाहीत? अशा कोणत्या गोष्टी आहेत, ज्या तुम्हाला तिथे जाण्यापासून रोखत आहेत? तुमच्या मार्गातील थांबे कोणते आहेत? तुमचे ध्येय साध्य करण्यासाठी तुम्हाला कोणत्या समस्यांची सोडवणूक करावी लागणार आहे? कोणत्या समस्यांवर तुम्हाला मात करावी लागणार आहे?*

ज्या साऱ्या अडचणींचा, समस्यांचा सामना करावा लागत असेल, त्यांतील अशा २० टक्के समस्या कोणत्या आहेत, ज्या तुमच्या ८० टक्के समस्यांपेक्षा तुम्ही आणि तुमच्या ध्येयाच्या मार्गातील खरे अडथळे बनलेल्या आहेत?

२. *तुमचे ध्येय साध्य करण्यासाठी अथवा तुमचा हाती घेतलेला प्रकल्प पूर्णत्वास नेण्यासाठी कोणत्या प्रकारचे अतिरिक्त ज्ञान, कौशल्य अथवा माहिती आत्मसात करणे तुम्हाला आवश्यक वाटते?* 'आज तुम्ही जिथे आहात व तिथे जे तुम्हाला मिळालेले आहे, ते पुढे जाऊन तुमच्यासाठी पुरेसे ठरणार नाही.' हे कायम लक्षात ठेवा.

आपले ध्येय साध्य करण्यासाठी आवश्यक असणारे अतिरिक्त ज्ञान आणि कौशल्य कोठून मिळू शकेल? तुम्ही ते ज्ञान किंवा माहिती बाहेरून विकत घेऊ शकाल का? तुमच्या कामामध्ये तुमच्या सर्व क्षमतांचा पुरेपूर वापर व्हावा यादृष्टीने काही नवीन कौशल्ये स्वतःमध्ये विकसित करणे तुम्हाला आवश्यक वाटते का? तुमचे ध्येय साध्य करीत असताना त्या प्रक्रियेमध्ये योग्य असा निर्णय घेण्यासाठी कोणती माहिती महत्त्वाची आहे, असे तुम्हाला वाटते?

जॉश बिलिंग्ज याने लिहिले आहे, ''माणसाला जे माहीत होते, त्याने तो दुखावला जात नाही, तर त्याला जे माहीत होते, ते खरे नसते यामुळे तो दुखावतो.'

३. *तुमचे ध्येय साध्य करण्यासाठी असे कोणते लोक, समूह किंवा संस्था आहेत, ज्यांची या कामी तुम्ही मदत घेऊ शकाल?* काही वेळेस एखादी व्यक्तीच तुम्हाला उत्तम कल्पना अथवा अंतःप्रेरणा देऊन जातात अथवा पुढचे दरवाजे तुमच्यासाठी खुले होतात. तुम्ही कल्पनाही केलेली नसते, इतक्या व्यापक पद्धतीने ही माणसं

तुमच्यासाठी मदतीला धावून येतात. याच एका कारणामुळे अनेक व्यावसायिक लोक हे त्यांच्या स्पर्धकांशी करार करून संयुक्तपणे काम करतात आणि धोरणात्मक सहयोग करतात. त्याद्वारे ज्या सेवा पूर्वी ते देऊ शकत नव्हते, अशी त्यांची उत्पादने आणि सेवा एकमेकांच्या ग्राहकांना देता येऊ शकतात.

४. *या सगळ्या लोकांमध्ये तुमचे ध्येय पूर्ण करण्यासाठी नेमके कोणते लोक तुम्हाला मदत करू शकतात? त्यातील सर्वांत महत्त्वाची अशी व्यक्ती कोण आहे? तुमचे ध्येय अधिक वेगाने पूर्ण व्हावे याकरिता त्या व्यक्तीची मदत आणि सहकार्य मिळावे यासाठी, तुम्ही त्या व्यक्तीला मोबदला म्हणून त्याला काय ऑफर देऊ शकता?*

ज्या लोकांनी प्रत्यक्ष काम सुरू करण्यापूर्वी त्याचे सविस्तर नियोजन केले आणि ते लिहून काढले, अशा व्यक्तींनीच आपल्या सभोवतालच्या जगात आणि व्यवसायामध्ये महत्त्वाचे प्रकल्प पूर्णत्वास नेले आहेत. त्यामुळे स्वतःसाठी आणि स्वतःच्या व्यवसायासाठी असणाऱ्या योजना अगोदर लिहून काढा आणि त्यानंतर ते ध्येय यशस्वी रीतीने पूर्ण होईपर्यंत त्या योजनांचा काळजीपूर्वक व अखंडित पाठपुरावा करा.

६

प्रकल्पाची आखणी करा

व्यवसायामध्ये बहुतांश काम म्हणजे प्रकल्पांचीच एक मालिका असते. प्रकल्प पूर्ण करण्याची तुमची क्षमता किती यावर करिअरमधील तुमचे यश अवलंबून असते. कोणताही प्रकल्प म्हणजे 'मल्टिटास्क जॉब' समजला जातो. अनेक छोटी कामे पूर्णत्वास गेल्यानंतर त्याचा परिपाक म्हणजे एखादा प्रकल्प पूर्णत्वास जाणे असते.

कोणताही प्रकल्प हाती घेतल्यानंतर त्याची परिणामकारकता वृद्धिंगत करण्यासाठी आणि पूर्णत्वास नेण्याची पातळी लक्षणीयरीत्या वाढवण्यासाठी एक गोष्ट अतिशय उपयुक्त आणि महत्त्वाची ठरते, ती म्हणजे, *चेकलिस्ट!* चेकलिस्ट म्हणजे अनुक्रमाने लिहिलेल्या महत्त्वाच्या पायऱ्या. पहिल्या टप्प्यावर काम सुरू करण्यापूर्वी या चेकलिस्टच्या माध्यमातून त्याचे पूर्वनियोजन केले जाते.

आज तुम्ही जिथे आहात, तिथून सुरुवात करून यशस्वी रीतीने एखादा प्रकल्प पूर्णत्वास नेणे या प्रवासामध्ये त्या दिशेने पावले उचलत असताना त्यातील विचारांची सुस्पष्टता आणि निर्धार यांची उच्च क्षमता अधोरेखित होत असते आणि उच्च विचारक्षमतेचे ते सार्थ प्रतिबिंब असते. त्यामुळेच पुन्हा एकदा तोच नियम अधोरेखित होतो. तुम्ही

नियोजन करण्यासाठी एक मिनिट घालवत असता आणि चेकलिस्ट तयार करीत असता, तेव्हा तुम्ही प्रत्यक्ष कार्यवाहीतील आणि काम पूर्ण होत असताना त्यातील दहा मिनिटे वाचवलेली असतात. हेसुद्धा शांतपणे विचार करण्याचे आणखी एक उदाहरण असून त्यामुळे तुमची परिणामकारता आणि आउटपुट लक्षणीयरीत्या वाढू शकते. व्यवसायातील तुमचे मूल्यसुद्धा यामुळे निश्चितपणे वाढलेले असते.

पीईआरटी चार्ट तयार करा

हाती घेतलेल्या प्रकल्पाला आणि महत्त्वाच्या टास्क्सना दृश्य स्वरूप देण्याचा प्रयत्न करा. जेणेकरून, तुम्हाला आणि तुमच्या समवेत असलेल्या इतरांना ते सुस्पष्टपणे दिसू शकेल.

सर्वप्रथम, तुम्हाला त्यातून नक्की काय आउटपुट हवे आहे याची इच्छा लक्षात घेऊन त्यानुसार लक्ष्य आणि उद्दिष्टे निर्धारित करा. शेवट काय असेल हे लक्षात ठेवून सुरुवात करा. तुमचे लक्ष्य जर उत्तम रीतीने पूर्ण झाले तर ते कसे असेल, याविषयीची सुस्पष्ट रचना मनामध्ये विकसित करण्यासाठी स्वतःला पुरेसा वेळ द्या. त्यानंतर पुन्हा भविष्यातून वर्तमानात परत येऊन काम सुरू करा. आज जिथे आहात, तिथून जिथे जायचे आहे, तिथे जाण्यासाठी क्रमाने कोणती सुयोग्य पावले उचलावी लागतील याची यादी तयार करा.

तुम्हाला जी पावले उचलायची आहेत, त्यांची रचना करण्यासाठी आणि अंतिम ध्येय साध्य करण्यासाठी प्रत्येकाने त्याच्या परीने संपूर्ण योगदान देण्याची व प्रयत्न करण्याची गरज असते, तेव्हा ग्राफिकच्या माध्यमातून पीईआरटी (प्रोग्रॅम इव्हॅल्युएशन रिव्ह्यू टेक्निक) चार्ट हे तंत्र वापरले जाते. हे तंत्र जगभरातील सर्वांत प्रभावी आणि परिणामकारक अशा कंपन्या, त्यांचे उच्चतम अधिकारी वापरतात. पीईआरटी चार्टच्या माध्यमातून तुम्ही हाती घेतलेला टास्क अधिक प्रभावी पद्धतीने पूर्ण करण्याचे विविध प्रकारचे मार्ग दिसू लागतात.

इंटरनेटच्या माध्यमातून अनेक प्रकार आणि स्टाईल्स ऑनलाइन उपलब्ध होऊ शकतात. त्यातील एक उदाहरण पहिल्या चित्रात दिलेले आहे.

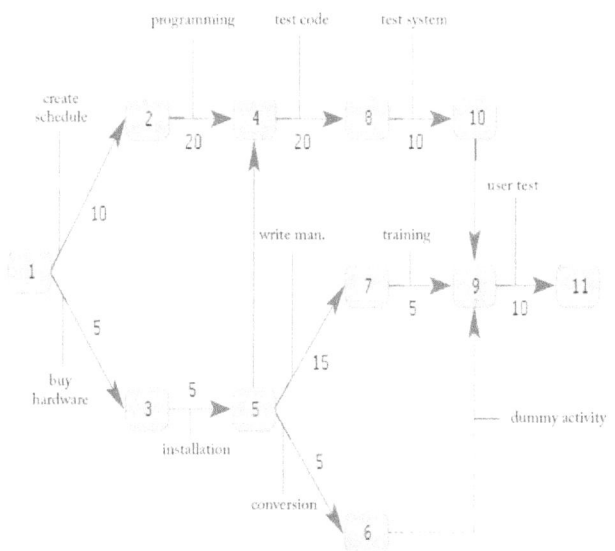

प्रत्यक्ष कार्यवाहीपूर्वी सरावासाठी केलेली खोटी कृती (डमी ॲक्टिव्हिटी)

- क्रमांक दिलेले आयताकृती आकार हे एकमेकांना जोडणारे दुवे आहेत आणि महत्त्वाचे कार्यक्रम आणि महत्त्वाचे टप्पे यांचे ते प्रतिनिधित्व करतात.
- दिशादर्शक बाण हे अवलंबून असणारे टास्क्स आहेत आणि ते त्याच क्रमाने पूर्ण होणे आवश्यक आहे.
- विलग करणारे बाण (उदा. १-२ आणि १-३) एकाच वेळी करता येण्यासारखे टास्क आहेत.
- टिंब टिंब असणाऱ्या रेषा हे म्हणजे अवलंबून राहून करता येण्यासारखे टास्क्स आहेत. त्यासाठी आपल्याकडचे स्रोत वापरण्याची गरज नसते.

या पद्धतीने चार्ट तयार करीत असताना आपली उद्दिष्टे आणि ध्येये निश्चित करण्यासाठी ज्या दिवशी हा प्रकल्प पूर्ण करायचा आहे, तिथपासून मागच्या दिशेने एक रेष आखावी. ती एका पेपरवर आखावी; म्हणजे संपूर्ण काम वेळेत पूर्ण करायचे असेल, तेव्हा प्रत्येक टास्क पूर्ण झाला आहे की नाही, ते तिथे पाहता येऊ शकेल.

कागदावर आखणी करून विचार केल्याने आणि पीईआरटी चार्टचा वापर केल्याने विविध प्रकारच्या सर्व कार्यक्रमांवर नियंत्रण प्रस्थापित होते. तुम्ही त्याचा सुनियोजित पद्धतीने पाठपुरावा करू शकता. समाधानकारक गुणवत्ता राखून आणि नियोजित वेळापत्रकानुसार हाती घेतलेले टास्क पूर्ण झालेले आहेत की नाही, याची खात्री या माध्यमातून करता येऊ शकते. डेडलाइन सांभाळण्याचा जो इतर वेळी ताण येत असतो, तो पीईआरटी चार्टमुळे येत नाही. या माध्यमातून तुम्ही प्रत्येक वेळी कामामध्ये आणि महत्त्वाच्या प्रकल्पांमध्ये अग्रणी राहता.

जर तुम्हाला एखादी गोष्ट महिन्याच्या अखेरीस पूर्ण करावयाची असेल, तर तुम्ही १५ अथवा २० तारखेपर्यंतच अनेक महत्त्वाच्या गोष्टींची आखणी करून ठेवू शकता. त्यामुळे जर काही कारणाने उशीर झालाच किंवा काही समस्या उद्भवल्याच, तर हा वेळ हाताशी राहतो. या बाबतीत मर्फीचा लॉ असे सांगतो, 'जर एखादी गोष्ट चुकीची होऊ शकत असेल, तर भविष्यात ती चुकतेच.'

उच्च स्तरावरचे अधिकारी कधीही अतिआत्मविश्वासाच्या आहारी जात नाहीत. आपण हाती घेतलेल्या कामामध्ये ते पूर्ण करत असताना विविध समस्या, अडथळे, अनपेक्षित उशीर, अपयश येऊच शकते, हे सर्व त्यांनी गृहीत धरलेले असते. तरीही ते नियोजित वेळापत्रकानुसारच पूर्ण व्हावे, असा त्यांचा प्रयत्न असतो. व्यावसायिक आयुष्यामध्ये अशा प्रकारच्या घटना या सामान्य समजल्या जातात आणि ती नैसर्गिक बाब समजली जाते. आपले बोट कायम त्या कामाची नस पकडून ठेवेल, हे आपले कामच असायला हवे. त्यानंतर समस्या आणि अडथळे

उद्भवतीलच हे गृहीत धरून त्यांची सोडवणूक केली पाहिजे. पीईआरटी चार्टचा वापर सुरू केल्यानंतर आपण किती अधिक प्रमाणात गोष्टी साध्य केल्या आणि या टप्प्यांमध्ये किती कमी प्रमाणात गुंतागुंत निर्माण झाली, हे आपल्या लक्षात येईल.

प्रत्येकासाठी सुस्पष्ट ध्येय निर्धारित करा

उत्तम संवाद साधून आणि चांगल्या हेतूने आपण जर प्रत्येकासाठी त्यांचे सुस्पष्ट आणि लेखी स्वरूपातील असे ध्येय निर्धारित केले, तर अधिक गोष्टी साध्य होऊ शकतील. सर्वांसाठी नियोजित केलेले ध्येय हे कायम सुस्पष्ट, नेमके, मोजता येण्याजोगे आणि विशिष्ट कालमर्यादेत पूर्ण करता येण्यासारखे असावे. जी गोष्ट मोजता येते, ती निश्चितपणे पूर्ण करता येते, हे नेहमी लक्षात असू द्यावे. डेडलाइनविना आखलेले ध्येय हे खरे तर 'ध्येय' नव्हेच. ती केवळ चर्चात्मक पातळीवरची गोष्ट असू शकते.

कोणताही जॉब अथवा काम पूर्ण करण्यासाठी कोणतेही विशिष्ट ध्येय आणि उपध्येय ठरवताना त्याची जबाबदारी विशिष्ट व्यक्तीवर सोपवणे आवश्यक असते. हा टास्क कोण पूर्ण करणार आहे? हा टास्क केव्हा पूर्ण होणे आवश्यक आहे? ते ध्येय पूर्ण होताना गुणवत्तेचे निकष काय असणार आहेत? हे प्रश्न कायम उपस्थित करा. तुम्हाला जे हवे आहे, ते लोकांना आपोआप समजेल असे कधीही गृहीत धरू नका. त्यामुळे जे काम करवून घ्यायचे असेल, ते सुस्पष्टपणे सांगा.

जनरल मोटर्स ही कंपनी २००९मध्ये प्रचंड तोट्यात होती आणि कंपनीला 'दिवाळखोर' म्हणून घोषित करण्याची वेळ आली होती. त्याच कंपनीने २०१२मध्ये ४.९ अब्ज डॉलर्सचा नफा मिळवणारी भव्य झेप घेतली होती. जनरल मोटर्सचे अध्यक्ष डॅन ॲकरसन हे या यशाविषयी सांगताना म्हणाले होते की, आमच्या कंपनीला हे जे यश प्राप्त झाले, त्याचे मुख्य कारण म्हणजे; आम्ही कंपनीच्या प्रत्येक टप्प्याचे आणि त्यातील प्रत्येक महत्त्वाच्या व्यक्तीचे ध्येय निश्चित केले. त्यांनी हे

पद जेव्हा स्वीकारले होते, तेव्हा त्यांच्या लक्षात आले की, संपूर्ण कंपनीमध्ये ध्येयांच्या बाबतीत दिशाहीनता, अस्पष्टता, असक्षमता होती आणि त्याहीपेक्षा क्वचितच साध्य होऊ शकतील, अशी ध्येये होती. मात्र त्यानंतर जेव्हा नेमकी, सुस्पष्ट अशी ध्येये आखण्यात आली व हाती घेण्यात आली, तेव्हा प्रत्येक कर्मचाऱ्याला आपण नेमके काय योगदान द्यायचे आहे, याची सुस्पष्ट कल्पना होती आणि कुठे पुढे जायचे आहे, याचीही निश्चित दिशा होती. हेच यशाचे मर्म होते.

लक्षात ठेवा, तुम्हाला लाभलेली सर्वांत चांगली गोष्ट म्हणजे विचार करण्याची क्षमता. त्यातही विशेष म्हणजे एखादी गोष्ट करण्यापूर्वी विचार करता येऊ शकतो व त्यानंतर कृती करावी लागते. जितका अधिक वेळ विचार करण्यासाठी आणि त्या दृष्टीने नियोजन करण्यासाठी देऊ, तितके उत्तम परिणाम आपल्याला मिळतात आणि तितक्या अधिक वेगाने आपण अंतिम ध्येयाच्या जवळ जाऊ शकतो.

७

रोजच्या रोज करायच्या कामाची यादी (टू डू लिस्ट)

आपल्या दिवसाची ब्ल्यू प्रिंट आपल्या हातात असणे फार महत्त्वाचे असते. वेळेच्या व्यवस्थापनामध्ये आपण दररोज ज्या गोष्टी करणार आहोत, त्यांची निश्चित यादी केलेली असणे अत्यंत महत्त्वाचे असते.

सर्व यशस्वी टाइम मॅनेजर्स त्यांच्या मनातील विचार कागदावर उतरवतात आणि दररोजच्या कामांची यादी करून त्यानुसार कामे करतात. उदाहरणार्थ, एखादा पायलट प्रत्येक वेळी विमानाचे उड्डाण करताना चेकलिस्ट पाहतो. प्रभावी काम करणारे अधिकारी त्यांचाही दिवस सुरू करण्यापूर्वी न चुकता, न विसरता 'टू डू लिस्ट' तयार करण्यासाठी वेळ देतात.

दुसऱ्या दिवशी करावयाच्या कामांची यादी आदल्या रात्री करणे सर्वोत्तम. कारण आपण झोपलेले असताना आपले अंतर्मन त्या मुद्द्यांवर काम करीत राहते. त्याचा फायदा असा होतो की, तुम्ही सकाळी उठता, तेव्हा तुमच्या मनात नव्या कल्पना, अंतःप्रेरणा यांनी जन्म घेतलेला असतो आणि त्याद्वारे तुमच्या यादीतील सर्वांत महत्त्वाच्या गोष्टी कशा पद्धतीने पूर्ण करायच्या, याची दिशा मिळालेली असते.

दिवसाच्या अखेरीस तुम्ही प्रथमतः कोणती गोष्ट करावी, तर ती म्हणजे, उद्याच्या दिवसाचे नियोजन. एका अभ्यासामध्ये सुमारे ५० यशस्वी कॉर्पोरेट अधिकाऱ्यांना विचारले असता, त्यांपैकी ४९ जणांनी असे सांगितले की, त्यांच्या दृष्टीने वेळेच्या व्यवस्थापनाची सर्वोत्तम व्यवस्था म्हणजे, प्रत्यक्षात काम सुरू करण्यापूर्वी एका साध्या कागदावर करावयाच्या कामांची यादी लिहून काढणे हीच आहे.

शांत झोप महत्त्वाची

अनेक लोक हे दुसऱ्या दिवशी करावयाच्या कामांची चिंता करत बसतात. इकडच्या कुशीवरून तिकडे वळताना मनातून उद्याची कामे विसरली जात नाहीत व त्यामुळे आजच्या झोपेचे खोबरे करून घेतात; परंतु जर तुम्ही तुमच्या कामाची तपशीलवार यादी तयार केलेली असेल, दुसऱ्या दिवशी करावयाची कामे नीट लिहून काढलेली असतील. तर तुम्ही जेव्हा झोपायला जाल, तेव्हा अधिक शांत झोपू शकता आणि त्यानंतर अधिक ताजेतवाने होऊन नव्या दिवसाची सुरुवात होऊ शकते.

वेळेच्या व्यवस्थापनाच्या तज्ज्ञांच्या मते, तुमच्या दररोजच्या दिवसभराचे सगळे टास्क्स लिहून काढण्यासाठी अवघी १२ मिनिटे लागतात. परंतु त्या केलेल्या यादीमुळे वाढलेल्या उत्पादकतेमुळे त्याच दिवसातील किमान दहा पट वेळेची बचत झाल्याचे तुम्हाला अनुभवायला येईल. दररोजच्या कामाचे नियोजन आणि यादी करण्यासाठी घालवलेली ती १२ मिनिटे तुमच्या दिवसातील उत्पादकता वाढवू शकणारी १२० मिनिटे; म्हणजेच तब्बल दोन तास वाचवतील. या अत्यंत साध्या वाटणाऱ्या टास्कमुळे तुमचा कमालीचा फायदा होऊ शकतो.

एबीसीडीई पद्धती

दुसऱ्या दिवशी करावयाच्या कामांची एकदा यादी तयार झाली की त्यासाठी एबीसीडीई ही पद्धती वापरावी.

वेळेच्या व्यवस्थापनातील सर्वांत महत्त्वाचा शब्द म्हणजे *परिणाम*. एखाद्या गोष्टीचे परिणाम काय होणार यावर ती गोष्ट करायची अथवा करायची नाही, हे ठरत असते. जेव्हा तुम्ही एखाद्या गोष्टीचा प्राधान्यक्रम निश्चित करता, हे तत्त्व तुम्ही प्रत्येक करावयाच्या गोष्टीला लावून पाहता, ज्याचे परिणाम सर्वाधिक तिथपासून तुम्ही त्या गोष्टीची सुरुवात करता, अशा वेळी एबीसीडीई ही पद्धती सर्वांत उपयुक्त ठरते.

दररोज करावयाच्या कामांची आधी यादी तयार करा. त्यानंतर काम सुरू करण्यापूर्वी करावयाच्या कामांना ए,बी,सी,डी,ई याप्रमाणे नावे द्या.

गोष्टी ज्या तातडीने *करायलाच* हव्यात, अशा गोष्टींना 'ए' लिहा. या गोष्टी अतिशय महत्त्वाच्या असतील, त्या केल्याने अथवा न केल्याने त्याचे परिणाम होऊ शकतील, अशाच गोष्टींना 'ए' दिले जावे. आपल्या जबाबदाऱ्या पूर्ण करायच्या असतील, तर दिवसभरात पूर्ण करायलाच हव्यात, अशा गोष्टींच्या पुढे 'ए' लिहावे.

'बी' या प्रकारातील गोष्टीदेखील आपण *आवर्जून कराव्यात* अशाच असतात. 'बी' टास्कमधील गोष्टी केल्याने अथवा न केल्याने त्याचे तुलनेने कमी परिणाम होतात. 'बी' या प्रकारामधील गोष्टी 'ए' प्रकारांतर्गत येणाऱ्या गोष्टींइतक्या महत्त्वाच्या नसतात. यामध्ये महत्त्वाचा नियम एकच आहे, तो म्हणजे, जोपर्यंत 'ए'मधील गोष्टी पूर्णत्वास गेलेल्या नसतील, तोवर 'बी' प्रकाराला हात लावायचा नाही.

'सी' प्रकारातील गोष्टी करताना *छान वाटणाऱ्या* असतात. परंतु त्याचे सकारात्मक अथवा नकारात्मक असे काही परिणाम होणारे नसतात. आपल्या सहकाऱ्यासमवेत गप्पा मारणे, कॉफीचा आणखी एखादा कप घेणे, तुमच्या ई-मेल्स चेक करणे या गोष्टी करायला छान असतात. आनंद देतात. त्यात मजा येत असते. परंतु त्या तुम्ही केल्या काय अथवा नाही केल्या काय, त्याचा तुमच्या कामावर काहीही परिणाम होणार नसतो.

वेळेच्या अपव्ययातून होते करिअरचे नुकसान

रॉबर्ट हाफ इंटरनॅशनलने केलेल्या अभ्यासातून एक अंदाज वर्तवण्यात आला आहे. त्यानुसार, आपल्या कामातील ५० टक्के वेळ हा 'सी' प्रकारच्या कृती करण्यामध्ये व्यतीत होत असतो. अशा गोष्टी, ज्या व्यवसायाच्या उत्कर्षामध्ये काडीचेही योगदान देणाऱ्या नसतात व त्याचा कोणताही परिणाम होणार नसतो.

प्रत्येक माणूस हा विविध प्रकारच्या सवयींनी बांधलेला असतो. प्रभावी व्यक्ती चांगल्या सवयी लावून घेतात आणि त्या सवयींना स्वतः चे मास्टर बनवतात. प्रभावी नसलेल्या व्यक्ती अपघाताने वाईट सवयींचे गुलाम होतात आणि त्याच वाईट सवयी नंतर त्यांच्या आयुष्यावर आरूढ होतात.

अनेक लोकांच्या कामामध्ये त्यांच्या सवयी आड येत असतात आणि त्यामुळे त्यातूनच वेळेच्या अपव्ययाला सुरुवात होते. काहीही मूल्य नसलेल्या अगर कमी मूल्य असलेल्या गोष्टी सुरू होतात. अशा गोष्टी एकदा वर आल्या की, लगेचच दुसऱ्यांशी गप्पा सुरू होतात, पेपर वाचायला सुरुवात होते, ई-मेल तपासायला सुरुवात होते, कॉफीचा एखादा कप घेण्याची इच्छा होते आणि अगदी सहजतेने दिवसातील वेळ वाया जाण्यास सुरुवात होते.

तुम्ही कोणतीही गोष्ट जेव्हा सातत्याने करता, तेव्हा ती गोष्ट तुमची *सवय* बनून जाते. बहुतांश लोक त्यांच्या कामामध्ये अशा गोष्टी करण्यामध्ये वेळेचा अपव्यय करीत असतात, ज्या गोष्टींचा त्यांच्या करिअरमध्ये किंवा त्यांच्या व्यवसायामध्ये काडीचाही उपयोग होत नसतो. असे तुमच्या बाबतीत होऊ नये यासाठी सतर्क राहा.

जे जे शक्य आहे, ते काम सोपवा

एबीसीडीई या पद्धतीचा पुन्हा विचार करू या. त्यामध्ये 'डी'मध्ये अशा प्रकारची कामे येतात, जी आपण प्रातिनिधिक अशा व्यक्तीला सोपवू

शकतो. आपल्या 'ए' प्रकारातील गोष्टी करण्यासाठी अधिकाधिक वेळ हाती मिळावा म्हणून ज्या ज्या गोष्टी इतरांकडे सोपवणे शक्य असेल, त्या गोष्टी द्यायला हव्यात. तुमच्या 'ए' प्रकारातील कृती व त्यांची यशस्वी पूर्तता तुमच्या करिअरवर सर्वांत मोठा परिणाम घडवून आणत असते.

'ई' प्रकारातील कामे म्हणजे; जी कामे आपल्याला कायमस्वरूपी नष्ट करता येतात. ज्या गोष्टी करणे गरजेचे नाही, अशा गोष्टी करणे ताबडतोब थांबवल्या, तरच तुमची वेळ तुमच्या हातात राहू शकते.

आपले काम आणि करिअर यांच्या बाबतीत कम्फर्ट झोनमध्ये जाणे, ही अतिशय नैसर्गिक आणि सामान्य अशी बाब आहे. एका विशिष्ट पद्धतीने विशिष्ट कृती करण्याची पद्धत अवगत झाल्याने त्यात एक प्रकारचा निवांतपणा आलेला असतो. जरी त्यांना मोठ्या जबाबदारीवर पदोन्नती मिळाली, तरीही ही माणसं त्याच जुन्या अंगवळणी पडलेल्या पद्धतीने काम करीत राहतात. अनावश्यक असलेल्या गोष्टी करण्यावर वा इतर लोकसुद्धा ज्या गोष्टी सहजतेने करू शकतील व त्यांच्यापेक्षा अधिक चांगल्या करू शकतील, अशा करण्यावरच त्यांचा भर राहतो.

त्यामुळे असे काम हाती घेतल्यानंतर एक प्रश्न स्वतःला नक्की विचारा, 'जर या सगळ्या कामामध्ये मी स्वतःला गुंतवले नाही, तर काय होऊ शकेल?' जर त्याचा तुमच्या व्यवसायावर वा करिअरवर अतिशय नगण्य अथवा काहीही परिणाम होणार नसेल, तर आपण कधीही बाद होऊ शकणारे उमेदवार आहोत, हे लक्षात ठेवा.

कामाचे नियोजन आणि नियोजनानुसार काम

तुमच्या यादीमध्ये नसेल, अशी कोणतीही गोष्ट करू नका. जर एखादा नवीन टास्क किंवा प्रकल्प आला, तर तो आधी यादीमध्ये समाविष्ट करा. त्यावर काम सुरू करण्यापूर्वी त्याचा प्राधान्यक्रम निश्चित करा. जर या नव्या संकल्पना आणि कामे तुम्ही प्रत्यक्ष कृती करण्यापूर्वी लिहून ठेवल्या नाहीत आणि वेळेच्या अमर्याद मागण्यांना प्रतिसाद देत सुटलात,

तर अल्पावधीतच तुम्ही त्या दिवसावरील तुमचे नियंत्रण गमावून बसाल आणि कमी अथवा नगण्य मूल्य असलेल्या गोष्टी करण्यामध्ये तुमचा वेळ जात राहण्यात त्याचे पर्यवसान होईल.

वेळेचे कोणतेही व्यवस्थापन नसणारी व्यवस्था असण्यापेक्षा वेळेचे व्यवस्थापन असणारी यंत्रणा असणे केव्हाही चांगले. आता तर स्मार्टफोनवर वेळेचे व्यवस्थापन करणारे अनेक ॲप्स उपलब्ध आहेत. अनेक टाइम मॅनेजमेंट सिस्टीम्स आपण संगणकावरही घेऊ शकतो. लिखित स्वरूपात असलेली वेळेच्या व्यवस्थापनाची व्यवस्था कायम सोबत ठेवता येते आणि ती नियमितपणे अपडेटही करता येते.

आजच्या या सगळ्या विविध प्रकारच्या कामांनी भरलेल्या जगामध्ये तुम्ही एकच गोष्ट विकू शकता. ती म्हणजे तुमचा मौल्यवान वेळ. आपल्या व्यवसायामध्ये 'सर्वोत्तम' असे योगदान देण्यासाठी आपल्याकडे उपलब्ध असणाऱ्या वेळेचा 'सर्वोत्तम' असा उपयोग होतो की नाही, यावर आपण लक्ष केंद्रित करायला हवे.

'जे करायचे नाही' त्याचीही यादी हवीच

ज्याप्रमाणे करावयाच्या कामांची यादी सोबत असणे गरजेचे आहे, त्याचप्रमाणे न करावयाच्या कामांची यादीही डोक्यात असणे महत्त्वाचे आहे. त्या गोष्टींनी आपल्याला कितीही आकर्षित केले अथवा मोहून टाकले, तरीही कोणत्या गोष्टी निश्चितपणे करावयाच्या नाहीत, हे सुरुवातीलाच आपल्या मनाशी पक्के असणे आवश्यक असते.

नॅन्सी रेगन एकदा म्हणाल्या होत्या, 'नाही म्हणायला शिका' तुमच्या अमूल्य अशा वेळेच्या संदर्भात जी अजिबात गरजेची नसेल, अशी कोणतीही गोष्ट समोर आली, तरी तिला स्पष्टपणे नाही म्हणायला शिका.

वेळेच्या व्यवस्थापनामध्ये 'नाही' हा शब्द अतिशय महत्त्वाचा असून तो सर्वांत मोठी वेळेची बचत करू शकतो. एकदा का तुम्ही हा शब्द बोलायला शिकलात की, पुढे पुढे ते अधिक सोपे होत जाते.

लक्षात ठेवा, *लोकांमुळे* आपल्या वेळेचा सर्वाधिक अपव्यय होत असतो. जर लोकांनी तुम्हाला काही करायला सांगितले अथवा त्यांनी मदतीची अपेक्षा व्यक्त केली, तर पहिला प्रश्न स्वतःला स्वच्छपणे विचारा, 'आत्ता या क्षणी हे काम हाती घेणे हा आपल्या सर्वांत मौल्यवान अशा वेळेचा हा सदुपयोग ठरू शकेल का?'

जर त्याचे उत्तर ठामपणे 'नाही' असे असेल, तर त्यांना नम्रतेने उत्तर द्यावे की, 'आपण विचारणा केली याबद्दल मी मनापासून आभारी आहे. मला या बाबतीत विचार करू द्या आणि माझ्या नियोजनवेळापत्रकात पाहू द्या. मी हे करू शकतो अथवा नाही हे मी तुम्हाला लवकरच पुन्हा कळवेन.'

तुम्ही किमान २४ तासांचा अवधी घ्यावा. त्यानंतर त्या संबंधित व्यक्तीला कळवावे की, दुर्दैवाने इतर अनेक कामे आणि जबाबदाऱ्या यांमध्ये तुम्ही सध्या गुंतलेले आहात, त्यामुळे या क्षणी तुम्हाला मदत करणे शक्य नाही. आपल्याला मदतीसाठी विचारल्याबद्दल संबंधित व्यक्तीचे आभार माना. 'पुढच्या वेळी नक्की करेन', असे सांगून दरवाजे बंद न करता पुढच्या संधीसाठी द्वार खुले ठेवा.

एक गोष्ट कायम लक्षात ठेवा, कमी महत्त्वाच्या गोष्टी करणे थांबवले तरच, तुम्ही तुमच्या वेळेवर नियंत्रण प्रस्थापित करू शकता. असे म्हटले जाते की, तुमचे डान्स कार्ड कायमच भरलेले असते. तुमच्याकडून पूर्ण होऊ शकेल यापेक्षा अधिकच काम कायम तुमच्याकडे असते. सध्याची कामे आणि जबाबदाऱ्या कायम तुमच्यावर असतात, त्यामुळे अतिरिक्त जबाबदाऱ्या आणि कामे नीट स्वीकारा. केवळ 'नाही' म्हणण्यापेक्षा लवकर सांगा आणि नेहमी सांगा. अल्पावधीतच तुमच्या असे लक्षात येईल की, तुमचा वेळ आता संपूर्णपणे तुमच्या नियंत्रणात आलेला आहे.

८

प्राधान्यक्रम निश्चित करा

गेल्या ३० वर्षांपासून, 'वेळेचे व्यवस्थापन' या विषयाचा अभ्यास मी करीत आलो आहे. मी त्यासाठी शेकडो पुस्तके आणि लेख वाचलेले आहेत, अगणित ऑडिओ कार्यक्रम ऐकलेले आहेत व तितक्याच संख्येने सेमिनारमध्ये सहभागी झालेलो आहे. या साऱ्या संकल्पना आणि अनुभवांचा वापर करून मी स्वतः वेळेच्या व्यवस्थापनावर पुस्तके लिहिली. ती आज जगभरात बेस्टसेलर्स आहेत. मीसुद्धा ऑडिओ आणि व्हिडिओ लर्निंगचे कार्यक्रम साकारले आणि जगभरात वेळेचे व्यवस्थापन या विषयावर सेमिनार आणि कार्यशाळा घेतल्या आहेत.

मला या साऱ्या प्रवासात एक साधे-सोपे गुपित गवसले आहे... तुम्ही जे काही काम त्या क्षणी हाती घेतलेले असेल, ते निर्धाराने पूर्ण करण्याची शक्ती तुम्हाला वेळेच्या सुयोग्य अशा व्यवस्थापनातूनच मिळते. त्यानंतर हा टास्क पूर्ण करण्यासाठी जी साधने व तंत्र तातडीने वापरायची, ती मिळतात आणि त्याद्वारे ते काम पूर्ण होईपर्यंत तुम्ही थांबत नाही.

गेल्या प्रकरणामध्ये मी एबीसीडीई ही पद्धत काय आहे, याचे विश्लेषण केले. प्राधान्यक्रम ठरवण्यास साहाय्यभूत ठरणारी सर्वांत प्रभावी पद्धती म्हणून या पद्धतीकडे पाहिले जाते. प्राधान्यक्रम निश्चित

करण्यासाठी यासारख्या अनेक पद्धती उपलब्ध असून आपण सोयीनुसार त्यांचा वापर करू शकतो.

पॅरेटोचे तत्त्व

१८९५मध्ये, इटालियन अर्थतज्ज्ञ विल्फ्रेडो पॅरेटो यांनी एक तत्त्व मांडले. त्यांच्या मते, ८०/२०चा नियम हा पैसा, मालमत्ता आणि दैव या साऱ्यांच्या बाबतीत सर्व समाजाला लागू पडू शकतो. अनेक वर्षांच्या संशोधनानंतर त्यांच्या असे लक्षात आले की, व्यक्ती किंवा त्याच्या कुटुंबातील ते २० टक्के, ज्याला ते 'व्हायटल फ्यु' असे म्हणतात, ते संपूर्ण युरोपातील ८०टक्के संपत्ती आणि समृद्धता यांचे नियंत्रण करतात.

जिथे मानवी प्रयत्नांचा भाग येतो, अशा सर्व क्षेत्रांमध्ये प्रामुख्याने टास्क आणि जबाबदाऱ्या यांच्या संदर्भात हा ८०/२०चा नियम लागू होऊ शकतो. तुम्ही जे २० टक्के काम करीत असता, ते तुमच्या पुढील ८०टक्के कामावर विलक्षण प्रभाव टाकणारे असते. पीटर ड्रकर यांच्या मते, अनेकदा हे 'प्रमाण ९०/१० टक्के' असेही असते. काही वेळेस तुम्ही केलेले अवघे १० टक्क्यांचे काम ९० टक्के कामाच्या मुल्याला बळकटी देणारे असते.

जेव्हा तुम्ही दिवसाची सुरुवात करणार असता, तेव्हा तुम्ही करावयाच्या कामांची व जबाबदाऱ्यांची यादी केलेली असते. प्रत्यक्षात सुरुवात करण्यापूर्वी पुन्हा एकदा त्या यादीचा आढावा घ्या आणि तुमच्या दिवसभरातील कामामध्ये फार महत्त्वाचे असे योगदान देऊ शकतील, महत्त्वाचे ध्येय आणि उद्दिष्ट साध्य करण्यासाठी खरोखर उपयुक्त ठरू शकतील, अशी २० टक्के कामे निवडा. जर तुम्हाला दिवसभरात समजा दहा कामे पूर्ण करायची असतील, तर त्यातील दोन अशी कामे निवडा, जी त्या दहा कामांनाही अर्थ प्रदान करू शकतील.

ही दोन कामे नेमकेपणाने निवडण्याची तुमची क्षमता आणि त्यावर तुम्ही कसे काम करता, यावर तुमच्या करिअरचे यश निर्धारित होत असते.

स्वतःवरच दबाव निर्माण करा

प्राधान्यक्रम निश्चित करण्यासाठी तुम्ही ही आणखी एक पद्धत वापरू शकता. तुमच्या दररोजच्या कामांची यादी तयार करा आणि त्यानंतर स्वतःलाच एक प्रश्न विचारा, ''जर मला महिन्याभरासाठी शहराच्या बाहेर जावे लागत असेल आणि ते ही दुसऱ्याच दिवशी निघायचे असेल, तर या यादीतल्या कोणत्या अशा गोष्टी आहेत, ज्या शहर सोडण्यापूर्वी मला पूर्ण करायलाच हव्यात?''

वेळेच्या व्यवस्थापनाचा आणि व्यक्तिगत निर्मितिक्षमतेचा सर्वांत मोठा शत्रू म्हणजे, 'महत्त्वाच्या गोष्टींना कमी लेखणे' कमीतकमी विरोध जिथे होईल, ती गोष्ट आधी करायला घ्यायची हा मानवी स्वभाव आहे, त्यामुळे नैसर्गिकतेने त्याची निवड केली जाते. त्यातून आपण लवकर कम्फर्ट झोनमध्ये जात असतो. साध्या, सोप्या, लहान, आनंद देणाऱ्या, करताना मजा येईल, अशा आणि सामान्यतः कमी महत्त्वाचे टास्क आणि कृती यांची निवड करून दिवसाची सुरुवात करणे ही तशी सामान्य आणि नैसर्गिक बाब आहे.

परंतु गंमत अशी आहे की, आपण ज्या गोष्टीने दिवसाची सुरुवात करतो, तीच गोष्ट आपल्या कार्यचक्राचा एक नियमित असा भाग बनते व ती आपण तासन्तास पुढे करू शकतो. त्यामुळे दिवसाच्या अखेरीस तुमच्या कदाचित असे लक्षात येते की, आपण दिवसभर काम तर केले; परंतु अतिशय छोट्या आणि अर्थहीन गोष्टींमध्ये आपला सारा वेळ उगीचच गेला. त्यामुळे खऱ्या अर्थाने ज्याची नोंद व्हावी, असे तुम्ही त्या दिवसभरात काहीही साध्य केलेले नसते.

अधिक महत्त्वाच्या गोष्टी पूर्ण होण्यासाठी प्रयत्न

आणखी एक यासारखीच पद्धती आहे. ती पद्धत तुम्ही वापरू शकता. अशी कल्पना करा की, सोमवारी सकाळी नेहमीप्रमाणे तुम्ही कामावर गेला आहात आणि तुमचा बॉस गोंधळलेल्या मनःस्थितीत तुमच्याजवळ

आलेला आहे. त्याने दोन लोकांसाठीचे पूर्णतः मोफत असे सुट्ट्यांचे पॅकेज आणले आहे. त्यामध्ये पहिल्या श्रेणीतील विमानप्रवास, एका सुंदर हॉटेलमध्ये मुक्काम करण्याची संधी त्यामध्ये आहे. बॉसची अडचण अशी आहे की, तो कामामध्ये कमालीचा व्यग्र आहे आणि दुसऱ्याच दिवशी त्या बक्षिसाचा लाभ घेणे गरजेचे आहे.

अशा वेळी बॉस तुमच्याशी एक डील करतोय. सोमवारचा हा दिवस संपेपर्यंत जर सर्वांत महत्त्वाची अशी सारी कामे हातावेगळी करून पूर्ण केली, तर तो तुम्हाला आणि तुमच्या पत्नीला हे सुंदर, सर्व खर्च रहित असलेले सुट्टीचे बक्षीस देईल.

जर तुमच्या समोर असे काही प्रेरणा देणारे व आकर्षित करणारे असेल, तर तुम्ही काय कराल? कदाचित एका दिवसात अधिकाधिक किती काम कसे संपवता येईल, यावर लक्ष केंद्रित कराल. तुमच्या संपूर्ण आठवडाभरासाठी जे नियोजन केलेले असेल, त्यातील २० टक्के काम तरी पूर्ण होईल, असा प्रयत्न निश्चितपणे कराल.

अशा पद्धतीची एखादी गोष्ट समोर असेल, तर कदाचित तुम्ही एक मिनिटसुद्धा वाया घालवणार नाही. तुमच्या सहकाऱ्यांसमवेत वायफळ गप्पा मारण्यासाठी तुमच्याकडे काडीचाही वेळ नसेल. तुम्ही तुमच्या कामाला अतिशय लवकर सुरुवात कराल. कॉफी, चहा, जेवण यांमध्ये जाणारा वेळ नियंत्रित कराल आणि प्राप्त वेळेत जास्तीतजास्त काम कसे पूर्ण होईल, असा प्रयत्न कराल. अचानक एका रात्रीमध्ये तुम्ही तुमच्या संस्थेतील सर्वांत जास्त निर्मितिक्षम अशी व्यक्ती होऊ शकाल.

हा एक उत्तम प्रयोग असून त्याचा सराव आपण स्वतः करायला हवा. यातून अधोरेखित होते. तुमची परिणामकारकता आणि तुमचा प्रभाव हा सर्वस्वी तुमच्या निवडीवर अवलंबून असतो, हीच गोष्ट यातून अधोरेखित होते. जर तुम्हाला प्रभावित करेल अशी चांगली गोष्ट, एखादे उत्तम इन्सेन्टिव्ह तुमच्या समोर आणले, तर अवघ्या काही मिनिटांमध्ये तुम्ही निश्चितपणे किती निर्मितिक्षम असू शकता, हे लक्षात

येते. एक चांगले प्रलोभन आणि तुमची निर्णयक्षमता हे जुळून आल्यास अल्पावधीतच तुमच्या संस्थेतील सर्वांत महत्त्वाची व्यक्ती म्हणून तुमची गणना होऊ शकते.

तीनचा नियम

हे तत्त्व इतके महत्त्वाचे आहे की, हे पुस्तक वाचण्यासाठी तुम्ही खर्च केलेले पैसे आणि वेळ सार्थकी लागेल. शब्दशः हजारो अधिकारी आणि व्यावसायिक यांच्यासमवेत काम करण्यातून जी अनुभवसंपन्नता माझ्याकडे आलेली आहे, त्यातून या तत्त्वाचा शोध मला लागलेला आहे. एका आठवड्यात किंवा एका महिन्यात तुम्ही ज्या काही वेगळ्या गोष्टी केल्या, त्यामध्ये केवळ *तीन* असे टास्क्स किंवा *कृती* असतात, ज्या तुमच्या व्यवसायामध्ये तब्बल ९० टक्के योगदान देणाऱ्या ठरत असतात.

जर तुम्ही महिन्यात वीस, तीस किंवा अगदी चाळीस कामे करीत असाल, तरीही तुम्ही जेव्हा प्रत्येक गोष्टीचा स्वतंत्रपणे आढावा घ्याल, तेव्हा तुमच्या असे लक्षात येईल की, त्यातील जेमतेम तीनच गोष्टी अशा आहेत, ज्या गोष्टी एकूण व्यवसायाच्या संदर्भात ९० टक्के बहुमूल्य योगदान देणाऱ्या अशा होत्या.

यातील 'मोठे तीन' कोणते हे ठरवणार कसे? सोपे आहे! महिन्याच्या पहिल्या दिवसापासून शेवटच्या दिवसापर्यंत जितके टास्क्स आणि जबाबदाऱ्या हाती घेण्यात आल्या आहेत, त्यांची एक यादी तयार करा. असे वर्षभर करत राहा. त्यानंतर या तीन जादुई प्रश्नांची उत्तरे काय येतात, ते पाहा.

१. *जर मी माझ्या या यादीतील दिवसभरात एकच गोष्ट करायची ठरवली असती तर अशी कोणती गोष्ट होती, जी माझ्या व्यवसायाच्या दृष्टीने सर्वाधिक मौल्यवान आणि सर्वांत मोठे योगदान देणारी ठरू शकली असती? तुमच्या व्यवसायाच्या*

दृष्टीने सर्वाधिक महत्त्वाची अशी ती गोष्ट त्या यादीमधून तुमच्या समोर येईल. ती बाब अशी असते की, जी तुम्हाला आणि तुमच्या सभोवतालच्या लोकांना सुस्पष्ट असते. अशी गोष्ट सापडेल, तेव्हा त्याभोवती एक वर्तुळ करा.

२. *जर मी दिवसभरामध्ये दोनच गोष्टी करायचे ठरवले असते, तर अशी कोणती दुसऱ्या क्रमांकाची गोष्ट असेल, जी माझ्या व्यवसायाच्या दृष्टीने सर्वाधिक मौल्यवान आणि सर्वांत मोठे योगदान देणारी ठरू शकली असती?* या गोष्टीसाठी कदाचित काहीसा विचार करावा लागेल; परंतु थोडासा विचार केल्यानंतर ती सुस्पष्टपणे आणि स्वाभाविकपणे समोर येईल.

३. *मला जर दिवसभरामध्ये केवळ तीनच गोष्टी करावयाच्या असतील तर तिसऱ्या क्रमांकाची अशी कोणती गोष्ट असेल, जी माझ्या व्यवसायाच्या दृष्टीने सर्वाधिक मौल्यवान आणि सर्वांत मोठे योगदान देणारी ठरू शकेल?* यानंतर तुमच्या असे लक्षात येईल की, आपण महिन्याभरामध्ये जे काही योगदान दिलेले आहे, त्यामध्ये तीनच गोष्टी अत्यंत महत्त्वाच्या होत्या. अन्य कोणतीही गोष्ट करण्यापेक्षा, या तीन गोष्टी सुरू करून त्या पूर्णत्वास नेणे अत्यंत महत्त्वाचे होते, हे लक्षात येईल.

मात्र, इथे एक महत्त्वाचा मुद्दा आपण लक्षात घ्यायला हवा. तो म्हणजे, जर तुम्हाला या तीन महत्त्वाच्या प्रश्नांची उत्तरेच माहीत नसतील, तर निश्चितपणे तुम्ही अडचणीत आला आहात, हे लक्षात घ्या. तुमच्या कामामध्ये तुम्ही तुमचे आयुष्य आणि तुमचा वेळ निश्चितपणे निरर्थक रीतीने वाया घालवत आहात आणि ही धोक्याची घंटा आहे. जर या तीन जादुई प्रश्नांची उत्तरे तुम्हाला ठाऊक नसतील, तर निश्चितपणे कमी महत्त्वाचे अथवा अनेकदा काहीही महत्त्व नसणारे काम करण्यातच तुमचा वेळ जात असणार, हे उघड आहे.

तुम्ही जर कोणत्याही कारणासाठी संभ्रमात असाल, तर तातडीने तुमच्या वरिष्ठांकडे जा. माझ्या कामाच्या योगदानाच्या संदर्भात त्यांच्या दृष्टीने अशा तीन महत्त्वाच्या गोष्टी कोणत्या आहेत, हे तुमच्या बॉसला जाऊन विचारा. तुमच्या सहकाऱ्यांना विचारा. तुमच्या पत्नीला विचारा. परंतु तुम्ही जे काही करीत असाल, त्यामध्ये तुम्हाला या तीन प्रश्नांची उत्तरे माहीत असणे गरजेचे आहे.

हे तत्त्व आतपर्यंत पाझरू द्या

एकदा स्वतःचे 'महत्त्वाचे तीन' कोणते याविषयी सुस्पष्टता आली की, तुमच्या सहकाऱ्यांनाही त्यांचे 'महत्त्वाचे तीन' शोधण्यासाठी प्रवृत्त करा. तुमच्या व्यवसायामध्ये सर्वोत्तम असे योगदान देण्यासाठी प्रयत्नशील असलेल्या तुमच्या सहकाऱ्यांना त्यांच्या सर्वांत महत्त्वाच्या योगदानाविषयी सुस्पष्टता असणे याइतकी चांगली मदत आपल्या कार्यालयातील सहकाऱ्यांबाबत दुसरी कोणती असूच शकत नाही.

सुयोग्य व उत्तम व्यवस्थापन असलेल्या सर्व विभागांमध्ये किंवा संस्थांमध्ये सर्व संबंधित कर्मचाऱ्यांना आपण आपल्या संस्थेमध्ये सर्वोत्तम योगदान देण्याच्या दृष्टीने सर्वांत महत्वाच्या कोणत्या गोष्टी करू शकतो याविषयी संपूर्ण सुस्पष्टता असतो. त्याचप्रमाणे प्रत्येक काम करणाऱ्याला त्याच्या सहकाऱ्याच्या 'महत्त्वाच्या तीन' गोष्टीदेखील ठाऊक असतात. हे सर्वांत महत्त्वाचे तीन टास्क पूर्ण करण्यासाठी प्रत्येकाने स्वतंत्रपणे आणि एकत्रितपणे सर्व दिवस आणि दररोज काम करत राहणे गरजेचे आहे.

ज्या माणसांना खूप घाईने विचार करण्याची सवय असते, असे लोक त्या त्या क्षणी समोर येणाऱ्या मागण्या आणि दबाव यांच्यासमोर स्वाभाविकपणे झुकतात, त्याच्या प्रभावाखाली येतात आणि प्रतिक्रिया देत बसतात. ते सातत्याने मार्गावरून दूर जातात आणि त्यांच्या सर्वांत

महत्त्वाच्या टास्कपासून दूर जात राहतात; परंतु असे करणाऱ्यांसाठी हा सराव उपयोगाचा नाही.

कोणतेही काम सुरू करण्यापूर्वी शांतपणाने त्या कामाचा आधी नीट विचार करा. तुमचे सर्वांत महत्त्वाचे टास्क्स आधी निश्चित करा आणि त्यानंतर ज्या कामाला वगळून चालणारच नाही, अशा कामापासून सुरुवात करा.

९

ट्रॅक सोडू नका!

''माझ्या वेळेचा सर्वांत मौल्यवान उपयोग आत्ता या क्षणी कोणता होऊ शकेल?'' वेळेच्या व्यवस्थापनामध्ये हा प्रश्न अत्यंत महत्त्वाचा आहे. हा प्रश्न वेळोवेळी स्वतःला विचारत राहा. तुमचा सर्वांत महत्त्वाचा टास्क आणि कामांवर लक्ष केंद्रित करून त्या पूर्ण करण्याची एक स्वाभाविक अशी प्रेरणादायी मानसिकता जोपर्यंत तयार होत नाही, तोवर हा प्रश्न स्वतःला सारखा विचारत राहा. जेव्हा या प्रश्नाभोवती तुमचा वेळ आणि काम फिरू लागेल, तेव्हा त्यामुळे वाढलेली तुमची निर्मितिक्षमता किती प्रमाणात आणि किती लक्षणीय वेगाने वाढली, हे पाहून तुम्हाला आश्चर्य वाटेल.

काही वेळा मी माझ्या प्रेक्षकांना हा प्रश्न आवर्जून विचारतो, ''तुमची सर्वांत मौल्यवान आर्थिक मालमत्ता कोणती?''

त्यांनी त्याच्यावर विचार केल्यावर आणि त्याची विविध उत्तरे दिल्यानंतर मी त्यांच्या एक गोष्ट लक्षात आणून दिली. ते जी उत्तरे मला देत होते, तीच 'त्यांची उत्पन्न मिळवण्याची क्षमता आहे.' हे मी त्यांच्या लक्षात आणून दिले. कामाच्या संपूर्ण विश्वामध्ये तुमची उत्पन्न मिळवण्याची क्षमता किती आहे याचा प्रभाव जवळपास ८० ते ९० टक्के असतो.

स्वतःकडे 'कमाईचे यंत्र' म्हणून पाहा. तुम्ही जे काही काम करत असता, त्यामध्ये कमी अथवा उच्च प्रमाणात तुम्ही योगदान दिले जात असते. तुमच्या वेळेचा सर्वांत सुयोग्य पद्धतीने काम करणे हे तुमचे प्रमुख काम असते. तुमच्या कामामध्ये आणि व्यवसायामध्ये सर्वांत महत्त्वपूर्ण असे योगदान देणाऱ्या मोजकी कामे सातत्याने होत राहतील, याची शिस्त अंगी बाणवावी लागते.

जीवनशैलीचे तत्त्वज्ञान

उपलब्ध असणाऱ्या वेळेचा सर्वांत सुयोग्य वापर कसा करायचा, याची निवड करण्याचे सामर्थ्य आयुष्याच्या प्रत्येक क्षेत्रात आवश्यक असते. सर्वांत कष्टप्रद आणि आव्हानात्मक असे काम करीत असतानादेखील लवकर घरी जाणे, लवकर झोपायला जाणे आणि उत्तम, शांत झोप घेणे साधण्यासाठी वेळेचा सर्वांत चांगला सदुपयोग करता येणे आवश्यक आहे. काही वेळा अशी परिस्थिती येते की, तुमच्या आयुष्यातील महत्त्वाच्या व्यक्ती समोर येतात आणि त्या वेळी तुमचा सर्वांत मौल्यवान वेळ तिथे द्यावा लागत असतो. काही वेळा आपले 'सर्वोत्तम' असे योगदान देण्यासाठी तुमचा सर्वांत मौल्यवान वेळ काही वेळा शारीरिक आरोग्य सांभाळण्यासाठी द्यावा लागत असतो व उत्तम आहार घेण्यासाठी, व्यायाम करण्यासाठी, योग्य आणि पुरेशी विश्रांती घेण्यासाठी आणि स्वतःला निवांतपणा देऊन मानसिक स्वस्थता मिळवून देण्यासाठीदेखील आयुष्यातील सर्वांत मौल्यवान असा वेळ देणे गरजेचे असते.

काही वेळा, तुमच्या वेळेचा सर्वांत मौल्यवान असा उपयोग म्हणजे निव्वळ टीव्ही बघण्यात वेळ घालवण्यापेक्षा एखादे चांगले पुस्तक वाचणे अथवा कुटुंबीयांसमवेत आनंदी क्षण व्यतीत करणे हादेखील असतो. मनाची स्वस्थता प्राप्त व्हावी आणि ताणमुक्त व्हावे यासाठी अनेकदा मित्रांसमवेत अथवा आपल्या चांगल्या नातेवाइकांसमवेत एकत्रित येणे आणि समाजामध्ये रमणे या गोष्टीदेखील वेळेचा सर्वांत चांगला उपयोग

घडवून आणणाऱ्याच असतात.

त्यामुळेच 'या क्षणी माझ्या वेळेचा सर्वांत *चांगला उपयोग* कशासाठी होऊ शकतो?'' हा प्रश्न सातत्याने स्वतःला विचारण्याची सवय ठेवावी. त्याचे एकदा उत्तम मिळाले की, तुम्ही अनुशासनाने ती कृती सुरू करून संपेपर्यंत त्यावर लक्ष केंद्रित करावे. जेव्हा या एका साध्या प्रश्नाचा अंतर्भाव तुम्ही तुमच्या वेळेच्या व्यवस्थापन कौशल्यामध्ये आणि दिवसभरातील कामामध्ये करता आणि त्यानुसार तुमच्या कामाची दिशा आणि प्रत्यक्ष कृती करता, तेव्हा तुमच्या पिढीतील एक सर्वांत प्रभावी वेळेचे व्यवस्थापक म्हणून तुम्ही स्थान संपादन केलेले असते.

महत्त्वाचे विरुद्ध तातडीचे!

आपले दररोजचे टास्क आणि कृती यांचा विचार केला, तर त्याचा प्राधान्यक्रम निश्चित करत असताना 'महत्त्वाच्या मोजक्या' आणि 'क्षुल्लक अधिक' असेच प्रमाण दिसून येते. दररोज तुम्हाला चार प्रकारचे टास्क्स समोर येत असतात. या सर्व कृतींना त्यांच्या त्यांच्या प्रकारात वर्गीकरण करण्याची तुमची क्षमता निश्चितपणे तुमची उत्पादकता लक्षणीयरीत्या वाढवण्यात योगदान देत असते. प्रत्येक टास्कचे वर्गीकरण एका स्वतंत्र प्रकारामध्ये करता येत असते.

१. तातडीचे आणि महत्त्वाचे :

महत्त्वाचा टास्क म्हणजे ज्याचा तुमच्या करिअरवर दीर्घकालीन परिणाम होणार आहे. *तातडीचे काम* म्हणजे जे काम करण्यासाठी उशीर करून चालणार नाही अथवा बाजूला ठेवता येणार नाही. जे महत्त्वाचे असते आणि अत्यंत तातडीचे असते असे एखादे काम म्हणजे 'ते चेहऱ्यावर दिसणारे' असते. तुमच्या वेळेच्या संदर्भातील बाह्य मागण्या असतात, तुम्ही सुरूच करायला हवी अशी कामे आणि जबाबदाऱ्या असतात आणि तुमच्या कामातील सर्वांत महत्त्वाचे काम मानून ते पूर्ण करावे

लागत असते. त्यामध्ये लोकांकडे तुम्हाला पाहावे लागते, तुमच्या कामाच्या संदर्भातील गोष्टींकडे तुम्हाला पाहावे लागते आणि जिथे जायचे, ती ठिकाणेसुद्धा लक्षात घ्यावी लागतात. त्यामध्ये ग्राहक भेट देणार असतात, पूर्ण करावयाची कामे असतात आणि इतरांच्या अपेक्षेनुसार तुम्हाला अनेक कृती करावयाच्या असतात. बहुतांश लोक हे त्यांच्या कामाच्या दिवसातील सर्वांत अधिक काळ महत्त्वाची आणि तातडीची कामे करण्यात व्यतीत करत असतात.

तुमचे सर्वांत महत्त्वाचे टास्क्स आणि तुमच्या उच्च प्राधान्य असणाऱ्या गोष्टी या तातडीच्या आणि महत्त्वाच्या असतात. यालाच 'तातडीने करावयाचा भाग' म्हटले जाते.

२. महत्त्वाचे; परंतु तातडीचे नसलेले :

दुसरा प्रकार असतो, त्यामध्ये असणारी कामे महत्त्वाची असतात; परंतु तितकी तातडीने करावयाची नसतात. ती काहीशी विलंबाने झाली अथवा थोडा वेळ घेऊन केली, तरी चालण्यासारखी असतात. या प्रकारच्या कामाचे उदाहरण द्यायचे, तर महिन्याच्या अखेरीस तुम्हाला सादर करायच्या एखाद्या महत्त्वाच्या अहवालाचे देता येईल. हा अहवाल तुम्हाला लिहून, त्यावर मंजुरी मिळवून मग सबमिट करावयाचा आहे. हे काम निश्चितपणे महत्त्वाचे आहे; परंतु लगेच तातडीने करावे असे नाही. अथवा दुसरे उदाहरण कॉलेजमधील टर्म पेपरचे. कॉलेजमधील अभ्यासाचे सत्र संपत असताना टर्म पेपर सादर केल्याने मिळणारी श्रेणी महत्त्वाची आहे; परंतु ते काम तुम्ही आठवड्यात अगर महिन्याभरात पूर्ण करू शकता. (अनेकदा तर या चाचणीचे पेपर ज्या दिवशी सादर करायचे, त्याच्या आदल्या रात्री लिहिले जातात. जे खरे तर महत्त्वाचे होते; परंतु तितके तातडीचे नव्हते, ते अशा परिस्थितीमध्ये अतिशय तातडीने करावयाचे काम बनून जाते).

आपल्या संपूर्ण आयुष्यामध्ये आपण महत्त्वाच्या; परंतु तितक्या

तातडीने करावयाची गरज नसलेल्या गोष्टींनी वेढलेले असतो. तुमच्या क्षेत्रातील पुस्तकांचे वाचन करणे, ज्ञान वृद्धिंगत करणारे इतर अभ्यासक्रम शिकणे, आपले कौशल्य आणि क्षमता विकसित करणे हे सारे दीर्घकालीन यशाच्या दृष्टीने आवश्यक असते. व्यवसायात ज्यांना अपयश येते अगर हवे ते साध्य होत नाही, असे बहुतांश लोक त्यांचे कौशल्य आणि क्षमता विकसित करण्याकडे दीर्घकाळासाठी पूर्णतः दुर्लक्ष करतात आणि त्यामुळे त्यांना सहजतेने मागे टाकून पुढे जाणे शक्य होते. अधिक दृढ निर्धार असणारे आणि आक्रमक लोक आयुष्यामध्ये मोठ्या गोष्टी करण्यात आनंद मानतात, पुरस्कार प्राप्त करतात आणि जबाबदाऱ्या स्वीकारतात. असे लोक दुसऱ्या प्रकारातील लोकांना सहजतेने मागे टाकतात.

अगदी साधे उदाहरण घ्या. शारीरिक व्यायाम करणे ही गोष्ट शरीराच्या दृष्टीने अतिशय महत्त्वाची आहे; परंतु तातडीने करावीच अशी नाही. तुम्ही ती सातत्याने लांबणीवर टाकत राहू शकता. अनेक लोक हेच करतात. डॉक्टरांच्या मते, ८५ टक्के लोकांच्या उत्तरायुष्यामध्ये ज्या आरोग्याच्या समस्या निर्माण होतात, त्यामागे नियमितपणे व्यायाम नसणे आणि योग्य आहाराच्या सवयी नसणे हेच प्रमुख कारण असते. हे सारे टास्क 'परिणामकारकतेच्या विभागात' येत असतात.

३. तातडीचे; परंतु महत्त्वाचे नसलेले :

अनेकदा तुमच्या ऑफिसमध्ये लोक येत असतात, तुमच्याशी फोनवर बोलत असतात अथवा तुम्हाला सातत्याने मेसेज करत असतात, तुम्हाला ई-मेल्स पाठवत असतात. त्यांना तुम्ही जो काही प्रतिसाद देत असता, त्याचे तुमच्या व्यवसायातील प्रत्यक्ष योगदान अत्यल्प अथवा नगण्य असते.

हे सारे प्रकार म्हणजे 'लक्ष विचलित करणाऱ्या गटात' मोडतात. आपण या साऱ्या गोष्टी दिवसभरात करत असतो, याचा अर्थ आपल्याला फार महत्त्व आहे असा अनेक लोकांचा समज असतो. परंतु स्वतःच्याच

करिअरचे असंतुलन निर्माण करून ते स्वतःच्याच आयुष्याची थट्टा करीत असतात. तातडीने करावे लागते; परंतु महत्त्वाचे नसते अशा स्वरूपातील कामे करण्यामध्ये बहुतांश लोकांच्या आयुष्यातील जवळपास निम्मा वेळ वाया जात असतो. या साऱ्या गोष्टी करताना मजा येते, धमाल असते, आनंद मिळत असतो; परंतु तुमच्या प्रत्यक्ष कामात त्याचे योगदान शून्य असते. यात प्रामुख्याने आपल्या सहकाऱ्यांसमवेत गप्पा मारणे आणि कमी प्रतीच्या अथवा निरर्थक कृती करत राहणे यामध्ये वेळ जात राहतो.

४. तातडीचेही नाही आणि महत्त्वाचेही नाही :

चौथा एक प्रकार असतो, ज्यामध्ये अनेक लोक गुंतून पडलेले असतात. तो म्हणजे; महत्त्वाचेही नसलेले आणि तातडीचेही नसलेले. या साऱ्या कृती 'वाया जाणाऱ्या वेळेच्या गटात' मोडणाऱ्या असतात. अनेक लोक अशी कामे करण्यात गुंतलेले असतात. त्यांचा लाभ ना त्यांना स्वतःला होत असतो ना कंपनीला. स्पॅम ई-मेल वाचत बसणे, क्रीडा पाने वाचत बसणे, दिवसातील महत्त्वाच्या वेळेमध्ये खरेदी करायला जाणे, दोन भेटी ठरलेल्या असतात, त्याच्या मधल्या फावल्या वेळेत रेडिओ ऐकत फिरणे; ही सारी उदाहरणे महत्त्वाच्या आणि तातडीच्या नसलेल्या कामांमध्ये मोडतात. हा संपूर्णतः वेळेचा अपव्यय असतो. अशा गोष्टी तुमच्या आयुष्यात कोणतेही योगदान देत नाहीत.

चांगल्या कामाच्या सवयी विकसित करणे

सर्वांत दुःखाची एक गोष्ट अशी आहे की, जी गोष्ट तुम्ही वारंवार करीत असता, तीच तुमची सवय बनून जाते. आणि एकदा सवय म्हणून जडली की, ती तोडणे अवघड होऊन बसते. बहुतांश लोकांना अत्यंत कमी महत्त्वाच्या अथवा नगण्य स्वरूपाच्या कामात वेळ घालवण्याची सवय लागलेली असते. जेव्हा त्यांना कामावरून काढून टाकले जाते अथवा पदोन्नतीमध्ये डावलले जाते, तेव्हा मात्र त्यांना याची जाणीव होऊन

निराशा निर्माण होते.

त्यामुळेच प्रत्येक वेळी कामाचे प्राधान्यक्रम निश्चित करणे ही वेळेच्या व्यवस्थापनाची गुरूकिल्ली आहे. त्याचबरोबर तातडीचे आणि महत्त्वाची कामे निवडण्याची सवय लावून घ्यावी लागते. त्यामध्ये तुमचे सर्वांत महत्त्वाचे आणि प्रभावशील असे टास्क्स येत असतात. जेव्हा तुम्ही तातडीच्या आणि महत्त्वाच्या अशा कामांना प्राधान्य देऊन त्यात स्वतःला गुंतवून घेता, तेव्हा त्यानंतर तुम्ही लगेचच महत्त्वाच्या; परंतु तातडीच्या नसलेल्या अशा कामांकडे लक्ष द्यायला सुरुवात करता. महत्त्वाची; परंतु तातडीची नसलेली कामे निश्चितपणे दीर्घकाळानंतर तुमच्या आयुष्याला आणि करिअरला एक अर्थ प्रदान करणारी असतात.

१०

तुमचे की रिझल्ट एरिया निश्चित करा

उच्च उत्पादकतेचे खरे गमक काय? तर, संपूर्ण दिवसभरामध्ये सर्वांत मौल्यवान आणि महत्त्वाच्या अशा कोणत्या गोष्टींवर तुम्ही लक्ष केंद्रित करता, यावर ते अवलंबून असते.

चांगली परिणामकारकता आणि उच्च उत्पादकता मिळवायची असेल, तर की रिझल्ट एरिया याविषयी एक सुस्पष्टता विकसित होणे महत्त्वाचे असते. की रिझल्ट एरिया; अर्थात अशा गोष्टी – ज्या तुम्हाला करणे बंधनकारक असते, त्या पूर्ण कराव्या लागतात आणि ते उद्दिष्ट साध्य करावे लागते. तुमच्या व्यवसायामध्ये तुम्ही जे काही योगदान देत असता, त्याच्या संदर्भात या गोष्टी सर्वांत महत्त्वाच्या ठरत असतात. हे सारे असे टास्क्स असतात, जे पूर्ण केल्यानंतर तुमची कंपनी आणि स्वतःसंदर्भात असणारे तुमचे उत्तरदायित्व तुम्ही यशस्वी रीतीने पूर्ण केलेले असते.

कोणत्या अशा गोष्टी असतात, ज्या पूर्ण करण्यासाठी तुमची नियुक्ती करण्यात आलेली असते? हाच प्रश्न दुसऱ्या पद्धतीने विचारण्याचा

प्रयत्न करा, ''तुम्हाला पगार नक्की कशासाठी दिला जातोय?'' स्वतःला सुनियोजित करणारा असा हा प्रश्न असून दररोज प्रत्येक मिनिटाला हा प्रश्न तुम्ही स्वतःला विचारायला हवा. प्रामुख्याने तुम्हाला खूप कमी वेळेमध्ये खूप काही गोष्टी करावयाच्या असतात अशा वेळी तर हा प्रश्न आवर्जून विचारावा.

की रिझल्ट एरिया (केआरए)चे प्रमुख तीन गुण स्पष्ट करता येतात.

१. तुमच्या कामातील जबाबदाऱ्या आणि अपेक्षा लक्षात घेऊन त्या सकारात्मकतेने आणि निश्चितपणे पूर्ण कराव्यात, अशी अपेक्षा असते.

२. अशी गोष्ट, ज्यासाठी तुम्ही १०० टक्के जबाबदार असता. जर ती गोष्ट तुम्ही पूर्ण केली नाही, तर तुमच्याशिवाय अन्य कोणतीही व्यक्ती ती पूर्ण करू शकत नाही, तुमच्यासाठी इतर कुणीही करणार नाही.

३. ही अशी गोष्ट असते, जी संपूर्णतः तुमच्या नियंत्रणाखाली असते. ही गोष्ट पूर्ण करण्यासाठी तुम्हाला कुणाची मदत घ्यायची किंवा इतरांचा सहभाग घेऊन ती पूर्ण करण्याची गरज नसते.

जर तुम्हाला तुमचे की रिझल्ट एरिया नीटपणे माहीत नसतील, तर तुम्ही लगेच तुमच्या बॉसकडे जा आणि तुमच्या बॉसला विचारा, ''मला नक्की पगार कशासाठी दिला जातो?''

आश्चर्याची बाब म्हणजे, बहुतांश बॉसना या प्रश्नाचे नेमके उत्तर कसे द्यायचे, हेच माहीत नसते. किंवा अनेकदा तुम्हाला पगार का दिला जातो, याचा विचार त्यांनीच केलेला नसतो. किंवा अनेकदा ते स्वतः सुद्धा पगार घेत असतात, मात्र त्याचे नक्की कारण त्यांना माहीत नसू शकते. जेव्हा तुम्ही तुमच्या बॉसला हा प्रश्न विचारता आणि त्याला विचारात पाडता, तेव्हा त्याचा फायदा दोघांनाही होतो. त्यातून दोघांचीही उत्पादकता आणि परिणामकारकता वाढते.

ट्रॅकवर राहा

की रिझल्ट एरियाच्या संदर्भात दुसरा प्रश्न आपण असा विचारायला हवा, ''अशी कोणती गोष्ट आहे, जी फक्त मी करू शकतो आणि जी केल्यामुळे माझ्या कंपनीमध्ये खऱ्या अर्थाने बदल घडून येईल?''

जेव्हा तुम्ही हा प्रश्न उपस्थित कराल, तेव्हा असे लक्षात येईल की, या प्रश्नाचे नेमके उत्तर दर दिवसाच्या प्रत्येक तासाला असू शकते.

आपल्या कामामध्ये अशा काही गोष्टी असतात, ज्या केवळ आपण करू शकतो. जर तुम्ही त्या केल्या नाहीत, तर तुमच्यासाठी अन्य कुणीही येऊन करणार नसतो. जर त्या तुम्ही उत्तम रीतीने पूर्ण केल्या, तर तुमची नोकरी आणि तुमची कंपनी यांच्या संदर्भात तुम्ही संपूर्णतः वेगळे असे काम केलेले असते. अशा काही नेमक्या गोष्टी तुमच्या कामात खऱ्या अर्थाने योगदान देत असतात. जेव्हा तुम्हाला खरोखर उच्च अशी कामगिरी करायची असेल, तेव्हा इतरांपेक्षा संपूर्णतः वेगळ्या ठरतील आणि प्रभाव पाडतील अशा गोष्टी कोणत्या असू शकतात याची नेमकी माहिती तुम्हाला असणे अतिशय आवश्यक असते. या अशा गोष्टी असतात, ज्या सर्वोत्तम व्हाव्यात म्हणून तुम्ही कायम प्रयत्नशील असता.

कोणत्याही कामामध्ये परिणामकारकता, सामर्थ्य, उत्साह, ऊर्जा आणण्याचा सर्वोत्तम आणि थेट मार्ग म्हणजे की रिझल्ट एरियावर लक्ष केंद्रित करणे. स्वतःसाठी आणि कंपनीसाठी अतिशय महत्त्वाची आणि लक्षणीय अशा गोष्टी जेव्हा तुम्ही जिद्दीने व प्राधान्याने पूर्ण करता, तेव्हा एक वेगळाच आत्मविश्वास आणि व्यक्तिगत सामर्थ्याचा अनुभव तुम्हाला मिळून जातो.

दुसऱ्या बाजूला जेव्हा तुमच्या कामामध्ये विचलित होत राहता, तेव्हा आत्मविश्वासाचा अभाव, नैराश्य, ताणतणाव आणि न्यूनगंड यांचा अनुभव तुम्हाला येत राहतो. तुमची महत्त्वाची ध्येये साध्य करण्यामध्ये ही कामे फारसे वेगळेपण दाखवू शकत नाहीत, याची तुम्हाला मनातून कल्पना असते.

तुमचे की रिझल्ट एरिया निश्चित करा

कोणत्याही कामामध्ये पाच ते सात की रिझल्ट एरिया सर्वसाधारणपणे असतात. तुमच्या संपूर्ण कामाच्या व्यापामधील ज्या जबाबदाऱ्या सोपवलेल्या आहेत, त्यांतील आवर्जून करायलाच हवी अशी गोष्ट की रिझल्ट एरियामध्ये येत असते.

उदाहरणादाखल सांगायचे झाले तर, जर तुम्ही एखादे सेल्समन असाल, तर तुमचे की रिझल्ट एरिया पुढीलप्रमाणे असतील :

१. शोध घेणे (ज्या लोकांशी बोलायचे, अशा लोकांचा शोध घेणे)

२. लोकांनी तुमचे मोकळेपणाने ऐकावे म्हणून, तुमच्याकडे असणाऱ्या संसाधनांच्या माध्यमातून लोकांमध्ये विश्वास आणि संवादाचे नाते प्रस्थापित करणे.

३. खऱ्या गरजा कोणत्या याचा नेमकेपणाने शोध घेणे.

४. तुमचे उत्पादन मनापासून सादर करणे.

५. आक्षेपांना सुस्पष्ट उत्तरे देणे.

६. एका निश्चित किमतीला विक्री किंमत निश्चित करणे.

७. समाधानी ग्राहकांकडून पुनर्विक्रीची किंवा संदर्भांची माहिती घेणे.

तुमच्या कंपनीमध्ये विक्रेता म्हणून काम करत असताना हे सर्व टास्क जबाबदारी म्हणून पूर्ण करणे तुमच्याकडून अपेक्षित असते.

व्यवस्थापक म्हणून तुमच्याकडून पुढील सात प्रकारच्या की रिझल्ट एरियाची अपेक्षा असते.

१. नियोजन (निश्चितपणे काय करायचे आहे ते ठरवणे)

२. आखणी (योजना पूर्णत्वास नेण्यासाठी लोक, पैसा आणि

संसाधने यांना एकत्र आणणे)

३. भरती करणे (ध्येय साध्य करण्यासाठी योग्य माणसांची निवड करून त्यांना नेमणे)

४. सुस्पष्टता (नेमके कोणते काम करायचे आहे, कोणत्या कालमर्यादेत करायचे आहे आणि त्यासाठी कोणती गुणवत्ता आवश्यक आहे याची निश्चित कल्पना सहभागी लोकांना असणे)

५. देखरेख (आवश्यक गुणवत्तेचे सारे निकष पाळून प्रत्येक काम नियोजित वेळापत्रकानुसार होते की नाही हे पाहणे)

६. मूल्यमापन (महत्त्वाचे टास्क्स वेळेत पूर्ण होण्यासाठी त्याचे स्टँडर्ड आणि बेंचमार्क निश्चित करणे त्याचप्रमाणे टास्कच्या डेडलाइन निश्चित करणे)

७. परस्पर संवाद (तुमचे वरिष्ठ आणि तुमच्या पुढे असणारे आणि तुमच्या हाताखाली असणारे अशा सर्वांना तुम्ही नक्की काय करत आहात आणि काय साध्य करत आहात, याची सुस्पष्ट माहिती असणे आवश्यक आहे)

आपल्या आयुष्यातील अगर व्यवस्थापनातील ९० टक्के समस्या या प्रामुख्याने की रिझल्ट एरियामध्ये कमतरता असल्याने उद्‌भवतात. हे म्हणजे स्वयंपाकघरात एखादा उत्तम पदार्थ बनत असताना त्यातील सर्वांत महत्त्वाचा घटकच बाजूला काढून ठेवण्यासारखे आहे. त्यामुळेच अंतिमतः त्या पदार्थाची खरी चव जशी मिळायला हवी होती तशी मिळत नाही.

सुस्पष्टता अतिशय महत्त्वाची

कंपनीमध्ये काम करणाऱ्या प्रत्येक स्तरावरच्या प्रत्येक व्यक्तीला स्वतःचे की रिझल्ट एरिया माहीत असणे गरजेचे आहे.कंपनीमध्ये कोणते सर्वोत्तम

योगदान देता येईल याची सुस्पष्ट कल्पना तुम्हाला रिपोर्ट करणाऱ्या प्रत्येक कर्मचाऱ्याला असेल याची खात्री करून घ्या. सुस्पष्ट कल्पना तुम्हाला रिपोर्ट करणाऱ्या प्रत्येक कर्मचाऱ्याला असेल याची खात्री करून घ्या. कंपनीच्या दृष्टीने सर्वांत महत्त्वाची आणि मौल्यवान अशी कोणती गोष्ट ते करू शकता, याची सुस्पष्ट जाणीव कर्मचाऱ्यांना करून देणे आणि त्यानंतर त्यांना त्यांचे ध्येय नियोजित वेळेत पूर्ण करण्यासाठी मदत करणे यासारखे महत्त्वाचे दुसरे काम नाही.

तुमच्या कंपनीमध्ये तुम्ही कोणत्या पदावर आहात याला विशेष महत्त्व नाही. परंतु तुम्हाला दोन गोष्टी माहीत असणे मात्र महत्त्वाचे आहे. पहिली म्हणजे, *तुमच्या बॉसचे की रिझल्ट एरिया कोणते?* बॉसच्या दृष्टीने अशा कोणत्या गोष्टी आहेत, ज्या संस्थेसाठी पूर्ण करणे कोणत्याही परिस्थितीमध्ये अनिवार्य आहेत? जर तुम्हाला हेच नेमकेपणाने माहीत नसेल, तर तुम्ही त्याला योग्य प्रकारे मदत करूच शकणार नाही. तुमच्या व्यक्तिगत यशासाठी ही गोष्ट माहीत असणे मात्र गरजेचे आहे.

दुसरे म्हणजे, *स्वतःचे की रिझल्ट एरिया कोणते हे स्वतःला माहीत असणे गरजेचे आहे.* तुम्हाला जे रिपोर्ट करतात, त्या सर्वांनादेखील या प्रश्नाचे तुमच्या संदर्भातील उत्तर माहीत असणे गरजेचे आहे. त्याचप्रमाणे तुमच्या हाताखाली काम करणाऱ्या लोकांनाही त्यांचे की रिझल्ट एरिया कोणते याची सुस्पष्ट माहिती असणे गरजेचे आहे. त्याचे महत्त्व काय आहे आणि किती काळात ते पूर्ण करावयाचे आहे, याची सुस्पष्ट माहिती त्यांना असणे गरजेचे आहे.

११

कामांची सुयोग्य विभागणी

वेळेच्या व्यवस्थापनातील एक सर्वोत्तम साधन म्हणजे एखादा टास्क दुसऱ्याकडून यशस्वी रीतीने पूर्ण करवून घेणे. आधुनिक व्यवस्थापन कौशल्यामध्ये कमी पगारामध्ये अथवा कमी तासांमध्ये तुम्हाला कमी महत्त्वाची कामे इतरांकडून यशस्वी रीतीने पूर्ण करवून घेता येणे आवश्यक असते.

तुमच्यापेक्षा उत्तम रीतीने करू शकतील अशा लोकांना तुमच्याकडे असणारी सर्व कामे वाटून त्यांच्याकडून ती करवून घेता यायला हवी. त्यासाठी ''७० टक्क्यांचा नियम'' लक्षात ठेवा. जर एखादा माणूस एखादे काम तुमच्याप्रमाणे ७० टक्के जरी करू शकत असेल, तर तुम्ही ते काम निश्चितपणे त्याच्याकडे सोपवायला हवे.

तुमचे मूल्य वाढवत न्या

तुम्ही व्यक्तिगत पातळीवर काय करू शकता इथपासून तुम्ही किती चांगल्या प्रकारे व्यवस्थापन करू शकता, हे स्थित्यंतर काम वाटून दिल्याने होत जाते. काम वाटून देणे हे एक प्रकारचे कौशल्य असून त्या माध्यमातून आपली बुद्धिमत्ता आणि कौशल्य पणाला लागते. जे लोक

त्यातून छोट्या छोट्या स्वरूपात योगदान देतात, त्यामुळे 'वेळेचे गणित' वाढत जाते.

तुम्हाला निवड करण्याची संधी प्रत्येक वेळी असते. एकतर तुम्ही स्वतःहून ते करा अथवा तेच काम तुम्ही दुसऱ्या कुणाकडून तरी करवून घ्या. उच्च उत्पादकतेसाठी एक प्रश्न कायम तुमच्या मनामध्ये निर्माण होत राहिला पाहिजे. तो म्हणजे, ''माझ्या व्यतिरिक्त हे काम अधिक उत्तम रीतीने कोण बरं करू शकेल?''

कामाच्या विभागणीतून शिकता येते

सुयोग्य कामाची विभागणी करण्याचे कौशल्य शिकावे लागते. (इतर लोकांच्या माध्यमातून व त्यांच्या मदतीने आपण आपली उच्च उत्पादकता कशी वाढवू शकतो, याविषयी मी एक स्वतंत्र छोटेखानी पुस्तकच लिहिलेले आहे.) प्रत्येक टास्क हाताळण्यासाठी एका सुयोग्य व्यक्तीची निवड करा. त्यांना त्या कामाचे वेळापत्रक, डेडलाइन, कामाची गुणवत्ता काय अपेक्षित आहे आणि त्याचा आढावा घेण्याचे नियोजन या साऱ्यांविषयी अवगत करा.

तुमच्या कामामध्ये आणि जबाबदारीच्या आड येत असतील, तर समस्यांची सोडवणूक आणि निर्णय घेणे या गोष्टीसुद्धा तुम्ही वाटून देऊ शकता. माहिती मिळवणे आणि संशोधन करणे ही कामे तुम्ही वाटून देऊ शकता. तुम्ही करू शकता, त्याचप्रमाणे इतरही करू शकतात, अशी सर्व प्रकारची कामे तुम्ही वाटून देऊ शकता.

कामे वाटून देण्याचे कौशल्य हे मुळातच शिकण्यासारखे असल्याने तुमच्या व्यावसायिक करिअरमध्ये तुम्ही पोहोचू शकणार नाही, अशी कोणतीही मर्यादा यामध्ये नसते. जर तुमच्याकडे कामाचे वाटप करून देण्याचे सामर्थ्य अथवा क्षमता नसेल, तर मग नेहमीच तुमच्याकडे खूप सारे काम आणि अगदी मोजका वेळ शिल्लक राहतो. मग अनेकदा फारसे महत्त्व नसलेल्या अथवा नगण्य स्वरूपातील गोष्टी करण्यात तुमचा वेळ

वाया जात राहतो. तुमच्या कामामधून तुमची सुटकाही होत नाही आणि त्याच्या सर्वोच्च टप्प्यावर तुम्ही जाऊ शकत नाही. अर्थातच, त्याचा नकारात्मक परिणाम तुमच्या करिअरवर झाल्याखेरीज राहत नाही.

सर्व प्रकारची व्यावसायिक कौशल्य आपण शिकू शकतो ही सर्वांत चांगली गोष्ट आहे. सराव आणि सातत्य यांची जोड दिली, तर या पुस्तकात दिलेली प्रत्येक गोष्ट तुम्ही आत्मसात करून त्यात मास्टर होऊ शकता. तुमच्या वेळेचे तुम्ही अतिशय उत्तम नियोजन करू शकता आणि येणाऱ्या काही महिन्यांत व वर्षांत तुम्ही तुमची उत्पादकता दुप्पट किंवा तिप्पट करू शकता.

१२

एकाग्रचित्त व्हा!

लक्ष केंद्रित करणे आणि एकानेच ते पूर्ण करणे या गोष्टी कोणत्याही मोठ्या कामाच्या पूर्ततेत आवश्यक असतात. एकाग्रता याचा अर्थ जेव्हा तुम्ही एखादे काम करायला सुरुवात करता, तेव्हा कोणतीही गोष्ट त्यापासून तुम्हाला विचलित अथवा वेगळी करू शकत नाही. कोणत्याही क्षेत्रात यश मिळवायचे, तर किती एकाग्रचित्ताने तुम्ही कामात लक्ष केंद्रित करू शकता याच्या क्षमतेवर ते अवलंबून असते.

बुद्धिमत्ता, क्षमता आणि सर्जनशीलता या गोष्टी प्रत्येकाजवळ असतीलच असे नाही; परंतु जर तुम्ही एखाद्या गोष्टीवर लक्षच केंद्रित करू शकत नसाल, तर मात्र तुम्ही यशस्वी होऊ शकत नाही. तुम्ही जी गोष्ट प्रथम करायची, तीच प्रथम करायला हवी. एका वेळी एकच गोष्ट करायला हवी आणि इतर गोष्टींची त्यात ढवळाढवळ अजिबात करू नये. एकाग्रचित्ताने लक्ष केंद्रित करण्याची शिस्त जर तुम्ही स्वतःला लावली नाही, तर निश्चितपणे कमी महत्त्वाच्या कामांमध्ये तुम्ही अडकून पडाल.

तुमच्या सर्वांत महत्त्वाच्या गोष्टींसाठी कायम पुरेसा वेळ राखून ठेवा. एखादे महत्त्वाचे काम करण्यासाठी साधारण किती वेळ लागू शकेल

याचा अंदाज अगोदरच घ्या आणि मग त्यामध्ये अनपेक्षित अडथळे, तातडीची काही कामे, जबाबदाऱ्या येतील हे गृहीत धरून ३० टक्के त्यात अधिक जोडा. तुम्हाला जे काम ज्या अपेक्षित वेळेत पूर्ण करावेसे वाटत होते, त्याच्या तुम्ही पुष्कळसे जवळ पोहोचला आहात, असे तुमच्या लक्षात येईल. तुमच्या कामामध्ये उच्च स्वरूपाची उत्पादकता आणण्यासाठीचे हे एक महत्त्वाचे गमक आहे, हे लक्षात घ्यायला हवे.

अर्ल नाईटेंगलच्या मते, ''आयुष्यात पूर्ण झालेल्या प्रत्येक मोठ्या कामाच्या मागे प्रदीर्घ काळाची जतन केलेली अशी एकाग्रता असते.''

एकावेळी एकच काम करण्याची सवय

एकदा काम हातात घेतले की, ते पूर्ण करायची सवय ही वेळेच्या व्यवस्थापन तंत्रात आणि आयुष्य व्यवस्थापनाच्या तत्त्वामध्ये अतिशय महत्त्वाची असते. जेव्हा तुम्ही एखादे काम सुरू कराल, तेव्हा ते १०० टक्के पूर्ण केल्याशिवाय त्यातून बाजूला पडू नका. एकावेळी एकच काम (सिंगल हँडलिंग) काम करायचे म्हणजे तेच ते काम सातत्याने करीत राहणे असा त्याचा बिलकूल अर्थ नाही. किंवा अन्य दुसरेच कुठलेतरी काम करायला जाणे आणि पुन्हा परत येऊन हे काम करणे असाही त्याचा अर्थ नाही. एकावेळी एकच काम म्हणजे, जेव्हा तुम्ही एखादा टास्क हाती घ्याल, तेव्हा दुसरा कोणताही टास्क हाती घेताना आधीचे काम पूर्ण होईपर्यंत ते पूर्णत्वास नेण्याची शिस्त अंगी बाणवणे होय.

एकावेळी एकच काम करण्याची सवय तुमच्या संपर्क आणि मेल यंत्रणा या बाबतींतही लावा. महत्त्वाचे नसलेले सारे विषय बाजूला टाका आणि त्यानंतर महत्त्वाच्या विषयांना एकदाच मार्गी लावा आणि त्याला प्रतिसाद द्या.

वेळ व्यवस्थापनातील तज्ज्ञ ॲलन लॅकेन यांनी हे एका वेळी एकच कामाचे (सिंगल हँडलिंग) तत्त्व लोकप्रिय केले. टाइम मोशन स्टडीजच्या माध्यमातून त्याने दोन्ही प्रकारच्या लोकांची तुलना केली.

एकाग्रचित्त आणि विविध कृतींमध्ये वारंवार बाहेर पडून पुन्हा तो टास्क करण्यासाठी परत येणारे यांची तुलना केली. जेव्हा तुम्ही एखाद्या विशिष्ट टास्कमधून बाहेर पडता आणि मग पुन्हा येऊन ते काम करू लागता, तेव्हा त्याची आलेली गती आणि लय हरवून जाते. तुम्ही यापूर्वी नक्की कुठे ते काम थांबवले होते हे तुम्ही विसरून जाता. तुम्ही जेव्हा एखादा टास्क थांबवून पुन्हा त्याकडे परत येता, तेव्हा त्याची उजळणी करणे आणि आढावा घेणे तुमच्यासाठी अनिवार्य होऊन बसते. ज्या ठिकाणी ते सारे सोडले होते, तो पॉईंट शोधावा लागतो आणि मग पुन्हा नव्याने सुरुवात करावी लागते. हे सारे करून तो विशिष्ट टास्क पूर्ण करण्यासाठी ५०० पट अधिक वेळ लागतो. त्याउलट, जर एखादा टास्क तुम्ही सुरू केला आणि तो पूर्ण होईपर्यंत त्याच्यासोबत राहिलात, तर ते १०० टक्के पूर्णत्वास जाते.

अगदी सोप्या शब्दांत सांगायचे, तर एकावेळी एकच काम केल्यामुळे काम पूर्ण करण्यासाठी जो वेळ दिला जात असतो, त्यामध्ये ८० टक्के बचत होते. विशेष म्हणजे, हाती घेतलेले काम पूर्ण होताना त्याची गुणवत्ताही चांगली वाढते.

मल्टिटास्किंग नको

सध्याच्या काळात मल्टिटास्किंगवर विविध स्वरूपांत चर्चा झडताना दिसते. एकावेळी अनेक कृतींवर काम करण्याची आपली क्षमता असून आपल्याकडे उच्च उत्पादकतेची पातळी राखण्यात आपण यशस्वी ठरतो असा विश्वास काही जणांना वाटत असतो. परंतु अभ्यास असे सांगतो की, ही संकल्पना पूर्णपणे खोटी असल्याचे सिद्ध झाले आहे.

मल्टिटास्किंग या प्रकारामध्ये तज्ज्ञांच्या लक्षात आलेली प्रमुख गोष्ट म्हणजे, 'टास्कची अदलाबदल' एकावेळी तुम्ही एकच गोष्ट करु शकता, ही खरी वस्तुस्थिती आहे. जेव्हा तुम्ही हातातले एखादे काम थांबवता आणि दुसऱ्या एखाद्या कामाकडे वळता, तेव्हा तुमचे

सारे लक्ष आणि ऊर्जा त्या नव्या टास्ककडे वळते. जेव्हा तुम्ही पुन्हा तुमच्या पूर्वीच्या कामाकडे येता, तेव्हा जसा एखादा प्रकाशझोत एका ठिकाणावरून दुसरीकडे न्यावा, त्याप्रमाणे तुम्ही केवळ लक्ष वेगळीकडे नेत असता. त्यामुळे पुन्हा जुन्या कामाकडे वळत असताना तुम्हाला तोच वेग पुन्हा आणून सुरुवात करावी लागते.

डंब आणि डंबर अशाने 'मूक–बधिर' होऊन जाल!

युएसए टुडेच्या मते, प्रत्येक वेळी जेव्हा तुम्ही एका टास्कमधून दुसऱ्या टास्कमध्ये जाता आणि पुन्हा परत येता, तेव्हा तुमच्या मेंदूची विशिष्ट ऊर्जा आणि बुद्धिमत्ता खर्च झालेली असते. मल्टिटास्किंगच्या एका व्यग्र अशा दिवसामध्ये तुमचे तब्बल दहा आयक्यु पॉईंट्स त्यात खर्च झालेले असतात. त्यामुळे अतिशय वेगाने तुम्ही दिवसाच्या अखेरपर्यंत मंद होत जाता. दिवस संपताना तुम्ही पूर्णतः थकून जाता आणि अनेक छोट्या गोष्टींचे निर्णय घेतानाही थांबून जाता. अगदी अशा साध्या गोष्टी म्हणजे, रात्री जेवायला तुम्हाला काय हवे किंवा टीव्हीवर संध्याकाळी काय पाहावे अशा साध्या गोष्टींमध्ये अडून बसता.

मल्टिटास्किंग हे आकर्षित करणारे असते. मात्र, हा वेळेचा हानिकारक असा उपयोग असतो. तुमचे यश ज्यावर अवलंबून असते, अशा महत्त्वाच्या गोष्टी पूर्ण करण्याची जी क्षमता असते, त्यालाच बाधा आणून तुमचे करिअर त्यामुळे बरबाद होऊ शकते.

एकाग्र व्हायचे निश्चित करा

आपल्या कामाची योजना नीट काळजीपूर्वक करण्याची सवय प्रथमतः लावून घ्या. त्यानंतर त्यांचा प्राधान्यक्रम निश्चित करा. त्यानंतर तुमचे सर्वांत महत्त्वाचे काम करायला सुरुवात करा. जेव्हा तुमचे सर्वांत महत्त्वाचे असे काम सुरू असेल, तेव्हा एकाग्रचित्ताने, कोणत्याही कारणाने विचलित न होता, वेगळीकडे न जाता टास्क पूर्ण होईपर्यंत

करीत राहण्याचा निश्चय करा.

उच्च उत्पादकता असणारे अधिकारी महत्त्वाचे असे एक तंत्र वापरतात. सकाळी वा संध्याकाळी अथवा आठवड्याच्या शेवटी घरून काम करणे, हे ते तंत्र होय. कारण त्या वेळी तुम्ही एकाग्रतेने व कोणतेही अधेमधे अडथळे न येता कामावर लक्ष केंद्रित करू शकता.

'विचलित करणाऱ्या गोष्टींचे आकर्षण' यापासून दूर राहण्याचे तंत्र अवगत झाले की, एकाग्रतेची गुरूकिल्ली सापडली असे समजावे. प्रत्येक ई-मेलला प्रतिसाद देणे आणि प्रत्येक येणारा फोन उचलणे याऐवजी अशा गोष्टी सरळ बंद ठेवा. दार बंद करा, तुमची सारी इतर साधने बंद करा आणि इतर साऱ्या गोष्टी बाजूला ठेवा आणि त्यानंतर तुमच्या कामाला हात घाला. लक्षात घ्या, असे केल्यास तुमच्या कंपनीसाठी आणि तुमच्या करिअरसाठी तुम्ही सर्वोत्तम असे योगदान अतिशय वेगळ्या पद्धतीने द्याल. जेव्हा तुम्ही ही सवय लावून घ्याल तेव्हा तुमची उत्पादकता, कामगिरी आणि आउटपुट हे एका रात्रीत दुप्पट नव्हे; तिप्पट झाल्यासारखे तुम्हाला जाणवेल.

१३

दिरंगाईवर करा मात

असं म्हणतात की, 'दिरंगाई ही वेळ चोरणारी असते.' पण शहाण्या व समजूतदार अशा एका माणसाने माझ्या एका जाहीर कार्यक्रमात हीच व्याख्या विस्तार करून सांगितली होती. 'दिरंगाई ही आयुष्याची चोरी करणारी असते.'

दिरंगाईवर तुम्ही किती सक्षमपणाने मात करता आणि नियोजित वेळापत्रकानुसार तुमचे काम कसे पूर्णत्वास नेता यावरच तुमच्या करिअरमधील यश आणि अपयश अवलंबून असते.

परंतु वस्तुस्थिती अशी आहे की, प्रत्येक जण त्याच्या कामामध्ये दिरंगाई करत असतो. प्रत्येकालाच खूप साऱ्या गोष्टी करायच्या असतात आणि वेळ कायमच कमी असतो. पण जर प्रत्येक जणच चालढकल करणारा असेल, तर मग उच्च उत्पादक आणि कमी उत्पादक यांच्यात फरक तो कोणता?

साधे उत्तर आहे. *जास्त प्रमाणात उत्पादन करणारा* हा कमी महत्त्वाच्या अथवा महत्त्व नसलेल्या टास्कची चालढकल करीत असतो. परंतु *कमी प्रमाणात उत्पादन करणारा* हा नेहमीच कंपनीतील तुलनेने महत्त्वाचे मूल्य असणाऱ्या गोष्टींची चालढकल करीत असतो. त्यातून

तो स्वतःचेच करिअरसुद्धा अडचणीत आणतो. पण तुम्हाला जर उत्तम कामगिरी करायची असेल, तर 'कलात्मक दिरंगाई' करावी लागेल.

नक्की कोणते टास्क बाजूला ठेवले तरी चालतील हे सजगपणे आणि जाणीवपूर्वक ठरवा. तुमची कामांची यादी एकदा पाहा आणि जोवर हातात घेतलेली अधिक महत्त्वाची कामे पूर्ण होत नाहीत तोपर्यंत ज्या कामांना हात लावणार नाही, अशा पूर्णपणे बाजूला ठेवलेल्या कामांची एक यादी तयार करा. अपघाताने अथवा आपोआप चालढकल होऊन कामे पुढे ढकलण्यापेक्षा सजगतेने आणि जाणीवपूर्वक त्यांची निवड करा.

बहुतांश वेळेला, जे सर्वांत महत्त्वाचे काम आहे, त्याचीच चालढकल करण्याकडे आपला कल असतो. हे आपले सर्वांत महत्त्वाचे असे टास्क्स असतात. दिरंगाई होण्यावर मात करण्यासाठी अथवा त्याचे प्रमाण कमी करण्यासाठी काही पद्धती वापरल्या जाऊ शकतात. किंबहुना या विषयावर ग्रंथालयांमध्ये पुस्तके भरलेली आहेत. त्यांतील एक-दोन मीसुद्धा लिहिलेली आहेत. योग्य पद्धतीने सुरुवात करण्यासाठीचे हे पुढील काही मार्ग आहेत.

मानसिक प्रोग्रॅमिंग

''आत्ताच कर.''

तुमची उत्पादकता वाढवण्यासाठी हे सर्वांत प्रभावी शब्द आहेत. जेव्हा जेव्हा चालढकल करण्याची भावना मनामध्ये येईल, तेव्हा तेव्हा उत्साहाने आणि ऊर्जेने स्वतःला पुन्हा बजावा, ''आत्ताच कर.. आत्ताच कर.. आत्ताच कर..!''

यातील आश्चर्यकारक गोष्ट म्हणजे जेव्हा तुम्ही हे शब्द दहा, वीस किंवा शंभर वेळा म्हणता, तेव्हा तुमच्या सर्वांत महत्त्वाच्या कामावर ते शब्द आपोआपच प्रभाव टाकू लागतात आणि अन्य कोणतीही गोष्ट करण्यापूर्वी तुम्ही ते काम पूर्ण करून टाकता.

मोठे टास्क पूर्ण करणे

हेन्री फोर्ड याने लिहिले आहे, ''तुमच्या ध्येयाला छोट्या छोट्या भागामध्ये जर तुम्ही विभागू शकलात, तर कोणतेही लक्ष्य अशक्य नाही.''

जर एखाद्या मोठ्या कामाचेसुद्धा आपण छोटे छोटे भाग केले, तर ते काम निश्चितपणे पूर्णत्वास जाऊ शकते. यातील काही ज्या उत्तम पद्धती आहेत, त्यांमध्ये 'बाईट साईज पिसेसमध्ये' कामाचे विभाजन करणे ही एक पद्धती आहे. एक कागद घ्या आणि त्याच्यावर जितकी कामे करायची आहेत, ती सारी लिहून काढा. पहिल्या कामापासून ते अगदी शेवटचे जे काम करायचे आहे, ती सारी क्रमाने लिहून काढा.

त्यानंतर तुमच्या यादीतील पहिल्या क्रमांकाचे काम प्रथम करायला घ्या. जर पहिल्यांदाच आपण मोठ्या टास्कमधील पहिले काम अग्रक्रमाने करायला घेतले, तर त्यापाठोपाठ कामांची सुसंगती लागते आणि सर्व कामे एकामागोमाग एक पूर्ण होऊ लागतात. काही वेळेस एखादा महत्त्वाचा टास्क पूर्ण करण्यासाठी स्वतःला प्रोत्साहित केल्यामुळे त्या संपूर्ण कामाला एक गती येते आणि आवश्यक ऊर्जा प्राप्त होते. त्याद्वारे हे काम शेवटच्या टप्प्यापर्यंत नेऊन पूर्ण करता येते.

सलामी स्लाईस पद्धती

'बाईट साईज पिसेस' या पद्धतीत होणारी जी दिरंगाई असते, त्यावर मात करण्यासाठी जी पद्धती वापरली जाते, त्यास 'सलामी स्लाईस' पद्धती म्हणतात. ज्याप्रमाणे आपण एका घासामध्ये सलामी खाऊ शकत नाही, त्याचप्रमाणे मोठा टास्क आपण एकाच वेळी पूर्ण करू शकत नाही. सलामी स्लाईसप्रमाणे जर आपण कामाचे छोटे छोटे विभाजन केले, तर एका वेळी आपण एक छोटे काम घेऊन ते पूर्ण करू शकतो. दुसरी कोणतीही गोष्ट करण्यापूर्वी ते छोटेसे काम आधी पूर्ण होईल, असे पाहा.

तुमचे मोठे काम करण्याच्या तुम्ही तयारीत असाल, त्यात जेव्हा तुमच्यावर कुणी जबाबदारीचे ओझे टाकत असेल, अशा वेळी त्या

मोठ्या कामाचा एक भाग निवडून तो आधी पूर्ण करायचा प्रयत्न करा. अनेकदा, या माध्यमातून तुम्ही प्रकल्पाच्या एका भागाची यशस्वी सुरुवात करता आणि त्यानंतर दुसरा, तिसरा, चौथा असे सारे भाग पूर्ण करू शकता.

तत्परतेचे भान विकसित करा

कामाच्या विश्वामध्ये मानवी गुणांमधील सर्वांत दुर्मीळ आणि सर्वांत मौल्यवान असा एक गुण म्हणजे तत्परतेचे भान. असा अंदाज वर्तवला जातो की, केवळ दोन टक्के लोक हे त्यांचे काम तत्परतेने करण्यासाठी लगेच प्रवृत्त होतात. जेव्हा तुम्ही स्वतःची अशी 'कृतिशील' प्रतिमा निर्माण करता आणि काम तत्परतेने पूर्ण करण्यासाठी प्रवृत्त होता, तेव्हा तुम्ही तुमच्या करिअरमध्येही वेगाने पुढे जाता.

कंपनीमध्ये काम करणाऱ्या कर्मचाऱ्यांना फास्ट ट्रॅकवर ठेवण्यासाठी ते काय करू शकतात, असा प्रश्न जेव्हा ३०० मुख्य कार्यकारी अधिकाऱ्यांना विचारण्यात आला, तेव्हा त्यातील ८५ टक्के लोकांचे उत्तर एकसारखे (समान) होते. महत्त्वाच्या दोन गोष्टी त्यांनी प्रामुख्याने पाहिल्या होत्या. त्या म्हणजे,

१) प्राधान्यक्रम निश्चित करण्याची क्षमता

२) सर्वांत महत्त्वाचे काम सुरू करण्याची आणि तितक्याच वेगाने पूर्ण करण्याची तत्पर क्षमता.

जेव्हा सर्वांत महत्त्वाचे टास्क तत्परतेने पूर्ण करू शकता आणि त्याची समाजमान्यता तुम्हाला मिळत जाते, तेव्हा अनपेक्षित अशा संधी तुमच्या दरवाजात येऊन उभ्या ठाकलेल्या असतात...!

१४

वेळेचे सुयोग्य विभाजन

अधिकाधिक काम पूर्णत्वास न्यायचे असेल, तर न तुटणारे वेळेचे भाग तुम्ही आखणे गरजेचे आहे. एखादे काम तुमच्यासाठी महत्त्वाचे असते कारण त्याचे महत्त्व लक्षात घेऊन तुम्ही काही महत्त्वाच्या प्रकल्पांमध्ये वेळेचे ब्लॉक तयार करीत असतात.

एखादी गोष्ट पूर्णत्वास नेण्यासाठी खरे तर सलग ६० ते ९० मिनिटे पुरेशी असतात. एखाद्या गुंतागुंतीच्या गोष्टीमध्ये शिरण्यासाठी तुमच्या मेंदूला सरासरी ३० मिनिटे लागतात. उदाहरणार्थ, एखादा प्रस्ताव तयार करणे, अहवाल तयार करणे किंवा एखाद्या नव्या प्रकल्पांचे नियोजन करणे आदि बाबी महत्त्वाच्या असतात. त्या कामामध्ये तुम्ही शिरलात की, मग त्यावर एकाग्रतेने विचार होऊ लागतो. त्यानंतर उच्च स्तरावरील सतर्कता आणि सर्जनशीलता यांच्या बळावर पुढील साठ मिनिटे अधिक गांभीर्याने व एकाग्रतेने काम होऊ शकते.

कल्पक आणि प्रशासकीय काम एकमेकांत मिसळू नका

जे काम कल्पकतेने करावयाचे आहे, ते प्रशासकीय पद्धतीच्या कामाने करण्याची चूक करू नका. तुम्ही कार्यालयीन स्वरूपाचे प्रशासकीय काम

आणि कल्पक काम एकाच वेळी करू शकत नाही. कारण त्यासाठी शांत आणि वेगवान विचारप्रक्रिया आवश्यक असते; परंतु एकाच वेळी दोन्ही शक्य नाही. कार्यालयीन कामांसाठी वेगवान, अल्पकालीन विचारप्रक्रिया आवश्यक असते, तर कल्पक अशा कामांसाठी विचार, नियोजन आणि मग प्रत्यक्ष काम या प्रक्रियेतून जावे लागते.

कल्पक गोष्टींसाठी लागणारा वेळ हा तुमचा 'अंतर्गत प्राईम टाइम' आहे असा विचार करा आणि कार्यवाहीसाठी लागणाऱ्या गोष्टींचा वेळ हा 'बाह्य स्वरूपातील प्राईम टाइम' आहे. त्यामुळे ते एकमेकांत मिसळू नका. दरवाजावर 'डू नॉट डिस्टर्ब' असा बोर्ड लावल्याखेरीज टिपिकल कार्यालयीन व्यवस्थेमध्ये तुम्ही मोठ्या क्रिएटिव्ह कामांचा विचार करून, त्यावर लक्ष केंद्रित करून एकाग्र होऊच शकत नाही.

वेळेचे छोटे भाग कसे करायचे?

वेळेचे छोटे छोटे भाग करण्याचे अनेक प्रकार आहेत. त्या माध्यमातून तुमची परिणामकारकता आणि प्रभावक्षमता निश्चितपणे वाढते.

प्रथमतः सकाळच्या प्रसन्न वेळी काम सुरू करा, कारण त्या वेळी तुम्ही सर्वांत जास्त सतर्क आणि ताजेतवाने असता. प्रभावी व्यक्तिमत्त्व असणाऱ्या अनेक व्यक्ती रात्री झोपायला लवकर जातात आणि सकाळी पाच अथवा सहा वाजता उठतात. त्यांना कार्यालयात जाण्यापूर्वीची किमान ६० ते ९० मिनिटे कोणत्याही अडथळ्याविना मिळतात. समजा, जरी तुम्ही ऑफिसला थोडे उशिरा गेलात, तरीही ऑफिसच्या वातावरणात जे काम करण्यासाठी तुम्हाला एरवी तीन तास लागले असते, ते तुम्ही तुमच्या सलग ९० मिनिटांमध्ये पूर्ण करून टाकलेले असते.

आणखी एक वेळ अशी असते, ज्या वेळेचा तुम्ही उत्तम उपयोग करू शकता. ती म्हणजे दुपारचा डबा खाण्याची वेळ. अशा वेळी तुमचा फोन बंद करण्याची, इंटरनेट बंद करण्याची हीच संधी असते आणि इतर सारे जण जेव्हा डबा खाण्यासाठी बाहेर गेलेले असतात तेव्हा इतर

कोणतेही अडथळे नसतात. अशा वेळी तुम्हाला सलग ६० मिनिटे अशी मिळतात. त्यामध्ये तुम्ही शांतपणे व एकाग्रचित्ताने एखादे महत्त्वाचे काम हातावेगळे करू शकता.

डू नॉट डिस्टर्ब!

आणखी एक गोष्ट तुम्ही करू शकता. जेव्हा एखाद्या महत्त्वाच्या विषयावर काम करायचे असेल, तेव्हा ऑफिसचे दार एका ठरावीक वेळेत बंद ठेवू शकतात. अनेक उच्च अधिकारी तर हॉटेलमध्ये असते, तशी 'डू नॉट डिस्टर्ब' ही पाटी घेऊन दाराला लावून ठेवतात आणि त्या काळात त्यांच्या कामावर लक्ष केंद्रित करतात. अगदी तातडीचे काही काम असल्याखेरीज अशी पाटी असल्यानंतर कुणीही आत येऊन त्रास द्यायचा नाही, हे प्रत्येकाला अशा वेळी माहीत असते.

माझी कंट्रोलर असलेली एक महिला अतिशय बुद्धिमान आणि कौशल्याधारित व्यक्ती होती. तिची नेहमी एक तक्रार असायची की, सातत्याने वेगवेगळ्या प्रकारचे लोक येऊन तिच्या कामात अडथळा निर्माण करीत असतात. त्याचा परिणाम असा व्हायचा की, तिचे हिशोबाचे काम कधीही वेळेत व्हायचे नाही आणि आर्थिक हिशोब व अहवाल नियोजित वेळापत्रकानुसार जात नसत. तेव्हा मी तिला असे सुचवले की, दरवाजावर 'डू नॉट डिस्टर्ब' हा बोर्ड लावावा आणि सकाळच्या वेळेत सलग एक तास शांतपणे काम करावे. यातून चमत्कार घडावा असे तिच्या कामाचे आयुष्य बदलून गेले. तिने काही दिवसांनंतर मला सांगितले की, या सार्‍यातून ती संपूर्णतः मुक्त झाली. कारण हे जे अडथळे तिला येत होते, ते इतके महत्त्वाचेच नव्हते की, ते थोड्या वेळेसाठीही थांबू शकत नव्हते.

अतिरिक्त तास मिळवा

प्रभावी ठरणारी आणखी एक पद्धती बरेच मोठे अधिकारी त्यांच्या फास्ट ट्रॅक कामामध्ये वापरताना दिसतात. ही इतकी साधी गोष्ट आहे की, ती बेकायदा ठरवली जावी. सकाळी लवकर उठा आणि अन्य कुणीही येण्यापूर्वी किमान एक तास अगोदर ऑफिसमध्ये जाऊन बसा. या एक तासाचा उपयोग तुमच्या पुढील दिवसाचे नियोजन करण्यासाठी करा आणि अन्य कोणतेही अडथळे येण्याच्या शक्यता सुरू होण्यापूर्वीच कामाला सुरुवात करा. त्यानंतर दुपारच्या जेवणाच्या वेळेतही एक तास काम करा आणि उत्तम कामाचा आणखी एक तास मिळवा. आणि अंतिमतः सारे जण कार्यालयातून घरी गेल्यानंतर आणखी एक तास थांबा. तुमच्या दिवसभराच्या कामाचा एकूण आढावा घ्या आणि त्या दिवसासाठीची तुमची सारी महत्त्वाची कामे पूर्ण करा.

अतिशय जबरदस्त अशी एक पद्धत आहे. या पद्धतीने तुम्ही दिवसाचे नियोजन केल्यास सकाळी ऑफिसला जाताना आणि ऑफिसवरून येतानाचे लागणारे ट्रॅफिक कमी झालेले असते. त्यामुळे वाहतुकीच्या खोळंब्यामध्ये तुम्ही अडकून पडत नाही. याद्वारे एका कामाच्या दिवसामध्ये तीन अतिरिक्त कामाचे तास तुम्ही मिळवलेले असता. नियमित कामाच्या वेळेत एखादी व्यक्ती जितके काम करेल त्याच्या तुलनेत तुम्ही दुप्पट, तिप्पट अथवा पाचपट काम केलेले असते. ही स्ट्रॅटेजी अवलंबून तुम्ही तुमचे आउटपुट दुप्पट करू शकता आणि त्याद्वारे तुमच्या करिअरला सुरेख आकार देऊ शकता.

लक्षात घ्या, तुम्ही जन्मतः जिनिअस असतात. तुम्हाला तुमची कल्पकता दाखवून द्यायची असेल, तर वेळेचे असे भाग करता यायला हवे आणि कोणत्या वेळेत तुम्ही अधिक काम करू शकता, हे दाखवून देता यायला हवे. याद्वारे तुम्ही तुमच्या करिअरमध्ये निश्चितपणे वेगाने पुढे जाऊ शकता.

१५

व्यत्यय कमी येऊ द्या

व्यवसाय किंवा उद्योगामध्ये येणारे अनपेक्षित आणि अनियोजित असे अडथळे हे सर्वांत जास्त वेळ वाया घालवणारे असतात. तुमच्या संगणकातून येणारा आवाज, सारखा वाजणारा टेलिफोन, तुमच्या स्मार्टफोनवर सारखे येणारे मेसेज किंवा तुमच्याशी बोलायचे म्हणून सारखे येत असलेले लोक अशा प्रकारचे अनेक अडथळे येत असतात.

कामाच्या विश्वामध्ये विचार करायचा झाला, तर वेळेचा अपव्यय करणाऱ्यांमध्ये लोक सर्वांत आघाडीवर असतात. आपल्या एकूण कामातील तब्बल ५० टक्के वेळ हा आपल्या सहकाऱ्यांसमवेत निव्वळ वायफळ गप्पा मारण्यात व्यतीत होत असतो. अनेक जण सकाळीच कामाला येतात आणि निवांतपणे सहकाऱ्यांशी गप्पा मारत बसतात. त्यानंतर पुढील दोन ते तीन तास ते काम करतात. अनेक ऑफिसेसमध्ये लोक ११ वाजेपर्यंत प्रत्यक्ष कामाला सुरुवातदेखील करीत नाहीत, असा अनुभव आहे. आणि लगेचच थोड्या वेळात लंच ब्रेक होणारच असतो. ते जेवण करून येतात आणि पुन्हा काही वेळ आपल्या सहकाऱ्यांसमवेत गप्पा मारत बसतात. पुन्हा दीड अथवा दोन वाजता ते लगेच कामाला सुरुवात करत नाहीत.

कामाच्या वेळेत पूर्णवेळ फक्त काम

आपण एक नियम स्वतः पाळणे गरजेचे आहे. 'कामाच्या वेळेत पूर्णवेळ फक्त काम करायचे.' जेव्हा तुम्ही आपल्या कामाच्या ठिकाणी जाल तेव्हा लगेचच कामाला सुरुवात करा. अशा वेळी इतरांशी गप्पा मारत बसू नका, पेपर वाचत बसू नका, किंवा इंटरनेटवर सर्फ करत बसू नका, तुम्ही आदल्या दिवशी सायंकाळीच पुढच्या दिवसाचे नियोजन केलेले असेल, तर आल्याबरोबर लगेचच आपल्या सर्वांत महत्त्वाच्या कामावर लक्ष केंद्रित करा आणि ते तत्परतेने सुरू करा. एक काम पूर्ण झाल्यानंतर दुसरे काम करत राहा. तुमचे महत्त्वाचे काम हातावेगळे होईपर्यंत हे काम करीत राहा.

व्यत्यय कमी करण्याचा प्रयत्न करा

जेव्हा एखादी व्यक्ती तुम्हाला फोन करेल, तेव्हा त्यातील फापटपसारा कमी करण्याचा प्रयत्न करून तत्काळ मुद्द्यावर या. फोन आल्यास तुम्ही असे म्हणा, " हॅलो बिल, तुझा आवाज ऐकून छान वाटलं. बोल मी तुझ्यासाठी काय करू शकतो?"

योग्य मुद्द्यावर लगेचच या. त्यात वेळ दवडू नका. बिलला फोन करण्यापूर्वीच तुम्हाला नक्की कोणत्या मुद्द्यांवर बिलशी संवाद साधायचा आहे, ते मुद्दे एका कागदावर अगोदरच लिहून काढा. फोन जोडला जाताक्षणी म्हणा, " बिल, मला कल्पना आहे तू किती बिझी असतोस. आपण ज्यावर बोलायचे आहे असे मोजके तीन मुद्दे आहेत. त्यानंतर तू पुन्हा तुझ्या कामाकडे वळू शकतोस."

या पद्धतीने जो संवाद होतो, त्यामध्ये नम्रताही आहे आणि संपूर्ण व्यावसायिक दृष्टिकोनसुद्धा. कायम व्यग्र असणाऱ्या व्यावसायिक लोकांना जेव्हा तुम्ही फोन कराल आणि अगदी मोजक्या शब्दांत तुमचा संवाद पूर्ण करून नेमकेपणाने मुद्दे मांडून फोन ठेवाल, तेव्हा ते तुमचे निश्चितपणपणे कौतुक करतील.

जेव्हा तुमच्या कार्यालयात एखादी व्यक्ती तुमच्याशी गप्पा मारायला आली असेल, तेव्हा तुम्ही त्या व्यक्तीला सांगू शकाल की, ''मला आत्ता तुमच्याशी बोलायला खरंच आवडलं असतं; परंतु मला माझं हे काम करणं गरजेचं आहे. हे सारं काम मला दुपारपर्यंत कोणत्याही परिस्थितीत पूर्ण करायचं आहे.''

''मला माझे काम करायचे आहे.'' जेव्हा जेव्हा तुम्ही हे जादुई शब्द उच्चाराल, तेव्हा समोरची व्यक्ती सारे काही थांबवेल आणि शांतपणे तिथून निघून जाईल.''

तत्काळ उभे राहण्याची क्लृप्ती

अनपेक्षितपणे येणारे व्यत्यय आल्यानंतर त्यात जाणारा वेळ कमी करायचा असेल, तर ही क्लृप्ती वापरावी. एखादी व्यक्ती जेव्हा तुमच्या कार्यालयात येईल, तेव्हा लगेच उभे राहा आणि त्या व्यक्तीला म्हणा, ''मी बाहेरच निघालो होतो. बोला तुमच्यासाठी मी काय करू?''

त्या व्यक्तीसोबतच ऑफिसच्या बाहेर पडा. त्या व्यक्तीशी बोलतच बाहेर पडा. त्या व्यक्तीचे बोलणे पूर्ण झाल्यानंतर तिला तिच्या कामाच्या जागेवर परत जाऊ द्या. त्यानंतर पुन्हा तुमच्या ऑफिसमध्ये परत या आणि तुमचे काम करा.

आणखी एक गोष्ट करता येण्यासारखी असते. ती म्हणजे, तुमच्या ऑफिसमध्ये थेट येऊ न देता भेटायला येणाऱ्या व्यक्तींना एखाद्या मीटिंग रुममध्ये बसवता येऊ शकते. त्यानंतर त्यांना भेटताना वेळेची मर्यादा अगोदरच निश्चितपण करून घ्या. तुम्ही त्यांना असे म्हणू शकता, ''मला एका क्लायंटचा लंडनवरून ठीक ३.१५ वाजता कॉल येणार आहे. मला ती वेळ टाळणे शक्य नाही. मला खात्री आहे तोपर्यंत आपण आपला हा संवाद निश्चितपणपणे पूर्ण करू शकू.''

इफेक्टिव्ह एक्झिक्युटिव्ह या पुस्तकामध्ये पीटर ड्रूकर यांनी म्हटले आहे की, केवळ लोक तुमचा वेळ वाया घालवतात असे नाही; तर

तुम्हीही लोकांचा वेळ वाया घालवता. ते तर म्हणतात, की लोकांसमोर जाऊन ''अशा कोणत्या गोष्टी आहेत, ज्यांमध्ये मी तुमचा वेळ वाया घालवतो?'' हे विचारण्याचे धाडस असायला हवे. जेव्हा अतिशय प्रामाणिक लोक याचे उत्तर तुम्हाला देतील, तेव्हा तुम्हालाच आश्चर्य वाटेल. आणि त्यांनी दिलेल्या नव्या कल्पनांचा स्वीकार करून स्वतःची परिणामकारकता आणि प्रभावशीलता तुम्ही वाढवू शकता.

१६

समान कामांची संगती हवी

महत्त्वाच्या एकसारख्या कामांना एकत्र करण्याचा अर्थ समान गोष्टी एकाच वेळी करणे. प्रत्येक कामामध्ये 'लर्निंग कर्व्ह' असतेच असते. जेव्हा तुम्ही एकाच प्रकारचे अनेक टास्क एकावेळी करीत असता तेव्हा त्यातील वेळ कमी करण्याविषयीची सूचना तुम्हाला 'लर्निंग कर्व्ह'च्या माध्यमातून मिळत असते. पाचवे समान स्वरूपाचे काम करीत असताना तब्बल ८० टक्के वेळेची बचत होऊ शकते.

उदाहरणादाखल सांगायचे झाले तर, पत्र लिहिणे, संपर्क साधणे किंवा ई-मेलला उत्तर देणे यांसारख्या कामांना एकत्रित करून एकाच वेळी ती गोष्ट तुम्ही करू शकता.

तुम्ही तुमच्या टेलिफोन कॉललासुद्धा बॅच करू शकता. त्यानंतर सर्वांना एकाच वेळी कॉल करू शकता. जर तुम्हाला काही लोकांची मुलाखत घ्यायची असेल, तर तुम्ही त्यांच्या एकापाठोपाठ एक मुलाखती घ्या. सर्व समान स्वरूपाचे टास्क लक्षात घेऊन ते एकसलग करा. एक आधी मग थोड्या वेळाने दुसरा असे करू नका.

ई-मेल तुमचा गुलाम आहे, त्याला तसंच वागवा

तुम्ही तुमच्या ई-मेल्सना कशा पद्धतीने वागवता याचा तुमच्या करिअरवर मोठा परिणाम होत असतो. असे असंख्य लोक आहेत, जे त्यांच्या ई-मेलचे गुलाम झालेले आहेत. ते काहीही करीत असले, तरीही त्यांना ई-मेल आला आहे हे सांगणारी एक रिंग त्यांनी मोबाईलमध्ये सेट केलेली असते. ते त्याक्षणी लगेचच इनबॉक्समध्ये जातात आणि काय आले आहे हे पाहत राहतात. यामुळे होते काय, तर ते त्यांच्या टास्कमधून दूर होतात आणि मग पुन्हा ते जे काही करीत होते, त्यामध्ये येतात. आपोआपच या साध्या कृतीमुळे त्यांच्या सर्वांत महत्त्वाच्या टास्कमधील त्यांची लय, स्पष्टता आणि आऊटपुट त्यांनी गमावलेले असते.

टीम फेरीस हा त्याच्या ई-मेलचा कसा गुलाम झाला होता आणि दिवसातील १२ तास त्यामध्ये कसे वाया घालवत होता हा अनुभव त्याने त्याच्या *द फोर अवर वर्कविक* या बेस्टसेलर पुस्तकामध्ये लिहिलेला आहे. हे लक्षात आल्यावर त्याने त्यात महत्त्वाचे बदल केले. पहिली गोष्ट त्याने ठरवली. ती म्हणजे, दिवसातून दोनदाच ई-मेल्सना उत्तर द्यायचे. सकाळी ११ वाजता आणि दुपारी चार वाजता. त्यानंतर दिवसातून दोनदा ई-मेल पाहायचा, ते त्याने एकदाच पाहायला सुरुवात केली. त्यानंतर तर आठवड्यातून एकदा पाहू लागला. आठवड्यातून एकदा ई-मेलला उत्तरे द्यायला लागल्यानंतरसुद्धा त्याची कार्यक्षमता, प्रभावशीलता, उत्पादकता आणि उत्पन्न या साऱ्यांमध्येच वाढ झालेली होती.

ज्युली मॉर्गेन्स्टर्न या वेळेच्या व्यवस्थापनातील तज्ज्ञ असलेल्या महिलेने *नेव्हर चेक ई-मेल इन द मॉर्निंग* नावाचे पुस्तकच लिहिले. हे शीर्षक आणि त्यातील संकल्पना अनेकांना धक्कादायक वाटली होती.

ते प्रतीक्षा करू शकतात

यशस्वी असलेल्या काही व्यक्ती मला माहीत आहेत, ज्यांच्या ई-मेलला एक ऑटो रिस्पॉन्स देण्याची सुविधा त्यांनी दिलेली आहे. तो

संदेश साधारण अशा स्वरूपाचा असतो, ''मी माझ्या कामात अतिशय व्यग्र असल्याने मला येणाऱ्या ई-मेल्सना दिवसातून दोन वेळा उत्तर देतो. तुम्ही मला जर ई-मेल पाठवलेला असेल, तर मी मला जसे शक्य होईल, तसे त्याचे उत्तर पाठवेन. परंतु जर काही तातडीचे काम असेल, तर या पुढील क्रमांकावर फोन करा आणि संबंधित या व्यक्तीशी बोलून घ्या.''

अत्यंत व्यग्र असलेल्या एका पत्रकाराने सांगितलेला हा अनुभव पुष्कळ बोलका आहे. तो दोन आठवड्यांसाठी युरोपला गेलेला होता. त्याला तिथे ई-मेल पाहणे शक्य झाले नाही. जेव्हा तो परत आला, तेव्हा तब्बल ७०० ई-मेल्स त्याची वाट पाहत होते. हे सारे ७०० ई-मेल्स पाहायचे, तर कित्येक तास कदाचित काही दिवस त्यात घालवावे लागतील, हे त्याच्या लक्षात आले. त्याने काय केले? एक दीर्घ श्वास घेतला आणि 'डीलीट ऑल'...

यावर त्याचे म्हणणे अगदी साधे होते. तो म्हणाला, ''ज्या व्यक्तींनी मला ई-मेल्स पाठवल्या होत्या आणि तत्काळ मी त्यावर प्रतिसाद द्यावा अशी ज्यांची अपेक्षा होती, त्यांचा गुलाम होण्यास मी नकार दिला इतकंच. यांपैकी जर कोणती ई-मेल तितकीच महत्त्वाची असेल, तर ती व्यक्ती मला पुन्हा ई-मेल पाठवेलच.''

त्याचे म्हणणे योग्यच होते. ९० टक्के ई-मेल्स अशा होत्या, ज्या पुन्हा कधीही परत आल्या नाहीत. त्यांतील ज्या महत्त्वाच्या होत्या, त्या पुन्हा एकदा त्याला परत आल्या.

त्यामुळेच मनाशी असा निर्धार करा की, तुमच्या ई-मेल्सना तुमच्या आयुष्याचे नियंत्रण मिळवू देऊ नका. ई-मेल हे केवळ 'बिझनेसचे साधन' म्हणून वापरायला शिका. तुमचे प्रतिसाद तातडीने आणि नेमके द्यायला शिका. दिवसातून केवळ दोनदा तुमचे ई-मेल चेक करा किंवा त्याहीपेक्षा अधिक कालावधीनंतर चेक करा. आठवड्यातील सुट्टीच्या दिवशी तुमचे ई-मेल संपूर्णपणे बंद ठेवा आणि तुमच्या कुटुंबीयांना

आणि मित्रांना तो वेळ द्या. स्वतःच्या आवडीच्या गोष्टींमध्ये मन गुंतवा.

यात अतिशय चांगली बाब म्हणजे, असे केलेत तरीही तुम्ही कोणताही महत्त्वाचा संदेश चुकवणार नाही. प्रामुख्याने व्यवसायामध्ये एका दिवसात अथवा दोन दिवसांतच घडेल, अशा फारच मोजक्या महत्त्वाच्या गोष्टी असतात.

१७

टेलिफोन हाताळण्याचे कौशल्य

टेलिफोन हा एक उत्तम गुलाम होऊ शकतो अथवा मग भयानक मास्टर! प्रत्येक वेळी जेव्हा रिंग वाजेल, तेव्हा आपण उत्तर द्यायलाच हवे अशी भावना तुमच्या मनात येत असेल, तर निश्चितच हे होऊ शकते. अधिकाधिक उत्पादकता मिळवण्यासाठी. टेलिफोनचा वापर प्रमाणात करा.

तुम्हाला तुमच्या ॲडमिनच्या मार्फत फक्त आवश्यक कॉल देण्याची व्यवस्था करणे हा अडथळ्यांवर मात करण्याचा उत्तम उपाय आहे, तसेच तुमचा फोन सायलेंटवर ठेवून त्याला व्हॉइस-मेसेज द्वारा उत्तर देण्याची व्यवस्था असावी. जेणेकरून कामात व्यत्यय न येता फक्त मोजक्याच कॉल न मेसेजना तुम्हाला उत्तर द्यावे लागेल.

आपण या साऱ्या आपल्याला विचलित करणाऱ्या गोष्टींकडेच आकर्षित होत राहतो, याचे मुख्य कारण म्हणजे कुतूहल. आपल्याला कुणी मेसेज केला हे जाणून घेण्यापासून आपण स्वतःला रोखू शकत नाही. अथवा आपल्याला कुणी फोन केला आणि त्याला काय सांगायचंय याचीच उत्सुकता आपल्याला लागून राहिलेली असते. या साऱ्या विचलित करणाऱ्या गोष्टींपासून स्वतःला दूर न्यायचे असेल,

तर एकच मार्ग तो म्हणजे; सरळ फोन बंद करून टाका म्हणजे त्याची रिंगसुद्धा तुम्हाला ऐकू येणार नाही.

जेव्हा तुम्ही तुमचे सहकारी, हाताखालचे लोक, बॉस अथवा क्लायंट यांच्यासमवेत बोलत असाल, अशा वेळी तुम्हाला येणारे कॉल बाजूला ठेवा. अशा वेळी सेलफोन बंद करून ठेवा. कोणत्याही कारणाने व्यत्यय येणार नाही असे पाहा. प्रतीक्षा करूच शकत नाही अशी इतकी तातडीची कोणतीही महत्त्वाची गोष्ट नसते.

सारखे फोन वाजतायत आणि ते तुम्ही घेताय आणि मध्येच लोकांशी संवाद साधताय यामध्ये जाणाऱ्या तीस किंवा चाळीस मिनिटांपेक्षा अवघ्या दहा मिनिटांचा कोणत्याही व्यत्ययाविना होणारा संवाद हा अधिक उपयुक्त आणि प्रभावी असतो. बोलणे झाल्यानंतर तुम्ही या संबंधित व्यक्तींना कॉल करू शकता.

एकाच वेळी अनेक कॉल्स करून घ्या

जर तुम्हाला दिवसभरामध्ये अनेक कॉल्स करायचे असतील, तर त्याची एकत्रित यादी करा आणि एकाच वेळी ते सारे कॉल करून घ्या. तुमच्या वेळेच्या नियोजनानुसार इतर कोणताही व्यत्यय येणार नाही अशी वेळ लक्षात घ्या आणि त्याच वेळेमध्ये तुमच्या यादीतील सर्व महत्त्वाच्या व्यक्तींना कॉल करा. तुम्हाला ज्या व्यक्तींना कॉल करायचा आहे, अशा व्यक्तींचे नाव, क्रमांक आणि कशाविषयी बोलायचे आहे, यांची स्वतंत्र यादी तयार करा.

आपल्या बॉससोबत असणाऱ्या एखाद्या मीटिंगचे नियोजन करता, त्याप्रमाणेच फोन कॉल्सचेही नियोजन करा. जर एखादा महत्त्वाचा कॉल करायचा असेल, तर तुमच्या कामाच्या नियोजनात ते लिहून ठेवा; म्हणजे तुम्ही एखाद्या व्यक्तीशी जेव्हा बोलत असाल, तेव्हा तो तुमच्या कामाच्या नियोजनाचाच एक भाग असेल. अगदी क्वचित वेळेला असे होते की, एखाद्या व्यक्तीपर्यंत महत्त्वाचा फोन कॉल पोहोचतच नाही

आणि अनेकदा तो लिहून ठेवलेला नसल्यामुळे पुन्हा तुम्ही तो महत्त्वाचा कॉल करायचे विसरूनच जाता. यासाठी त्याची नोंद असणे महत्त्वाचे आहे.

नम्र राहा आणि व्यावसायिकसुद्धा!

जेव्हा तुम्ही कोणत्याही दुसऱ्या व्यक्तीला फोन कराल, तेव्हा आवर्जून पहिल्यांदा हे विचारा, ''आता वेळ असेल, तर तुमच्याशी बोलू शकतो का?'' अनेक उच्चपदस्थ अधिकारी याच नम्र आणि व्यावसायिक पद्धतीने फोन कॉलची सुरुवात करतात. मग भलेही ते पूर्वनियोजित असले, तरीही ते ही पद्धत वापरतात. कारण काही वेळेस त्या व्यक्तीला नीट बोलता येणार नाही, अशी काही परिस्थिती या मधल्या वेळेमध्ये उद्भवलेली असू शकते. त्यामुळे हा प्रश्न जर तुम्ही सुरुवातीलाच विचारला, तर व्यक्तीचे लक्ष तुमच्याकडे आपोआपच केंद्रित होते. त्यामुळे नेहमी हा प्रश्न विचारा, ''ही तुमच्याशी संवाद साधण्याची योग्य वेळ आहे का?''

जर त्या व्यक्तीने सूचित केले की, आत्ता नीट बोलता येणार नाही, तर अशा वेळी त्यांना कॉल बॅक करण्यास सुचवा, अन्यथा दुसरी कोणती वेळ संवादासाठी योग्य असेल, हे विचारून घ्या. सभ्यता आणि आदर दाखवण्याची ही अतिशय साधी पद्धत आहे. त्याची निश्चितपणे दखल घेतली जाऊन त्याचे कौतुक होईल. आपण फोन करू, त्या क्षणी समोरच्या व्यक्तीला बोलायला भरपूर वेळ असेलच असे तुमच्या बाजूने कधीही गृहीत धरू नका. जरी तुम्ही तुमच्या बाजूने त्याचे पूर्वनियोजन केलेले असले, तरीसुद्धा ही पद्धत आवर्जून पाळा.

टेलिफोन टॅग टाळा

टेलिफोन टॅगशी खेळणे जितके शक्य असेल, तितके टाळा. ज्याप्रमाणे तुम्ही ऑफिसमध्ये प्रत्यक्षात मीटिंगचे नियोजन करता, त्याचप्रमाणे तुमच्या कॉल्सचेसुद्धा व्यक्तीनिहाय नियोजन करा. जेव्हा तुम्ही लोकांना

कॉल कराल, तेव्हा तुमचा फोन नंबर आणि बोलता येऊ शकेल, अशी निश्चित वेळ त्यांना जरूर कळवा. जेव्हा लोक तुम्हाला कॉल करतील आणि तुम्ही त्या वेळी बोलू शकत नसाल, तर तुमच्या सेक्रेटरीला सांगून ते बोलू शकतील, अशी सोयीची योग्य वेळ जाणून घ्यावी व त्याची नोंद करावी. ही वेळ कार्यालयीन असेल असे शक्यतो पाहावे. तुम्ही कार्यालयात असताना अथवा टेलिफोन करू शकत असताना योग्य वेळेत त्यांना पुन्हा फोन करू शकाल.

टेलिफोन हे व्यवसायासाठी एक उत्तम साधन आहे, हे लक्षात घ्या व तसाच त्याचा वापर करा. फोन सुरू करून बंद करण्याची प्रक्रिया वेगाने करा. थेट आणि टू द पॉईंट बोलायला शिका. नम्रपणे आणि मैत्रिपूर्ण संवाद साधा मात्र आपण व्यावसायिक आहोत आणि ज्यातून काही फलद्रूप होईल असाच संवाद राहील, याचे भान ठेवा.

तुमच्या टेलिफोनवरील संवादामध्ये तुम्ही जितके नेमके आणि सुनियोजित असाल, तितकी तुमची कामे वेगाने पूर्णत्वास जातील आणि प्रत्येक कॉल हा तुमच्यासाठी व्यावसायिक उत्पादकता वाढवणारा ठरेल यात शंका नाही.

१८

प्रभावी मीटिंग घ्या

अनेकदा कंपनीच्या व्यवस्थापनामध्ये २५ ते ५० टक्के वेळ हा प्रामुख्याने विविध प्रकारच्या बैठकांमध्ये जात असतो. या बैठका विविध स्वरूपांच्या असू शकतात. काही मीटिंग्ज या व्यक्तिनिहाय समोरासमोर होणाऱ्या मीटिंग्ज, ऑफिसच्या जागेत किंवा ऑफिसबाहेर जात असताना होणाऱ्या अगदी छोटेखानी मीटिंग्ज अथवा ऑफिसच्या मीटिंग्ज-रूममध्ये बसून होणाऱ्या महत्त्वाच्या मीटिंग्ज अशा प्रकारच्या असतात. दुर्दैवाने, या मीटिंग्जमधील ५० टक्क्यांपेक्षा अधिक काळ हा असाच वाया जात असतो. मीटिंगमध्ये जाणारा वेळ खूप असतो आणि त्यामध्ये खूप कमी महत्त्वाच्या गोष्टी हाताशी लागतात, असा सर्वसाधारण अनुभव आहे. तरीही मीटिंग हे व्यवस्थापनातील एक महत्त्वाचे साधन आहे आणि त्याचा प्रभावीपणे वापर होणे गरजेचे आहे.

मीटिंगसाठी येणारा खर्च मोजा

जेव्हा मीटिंग तुम्ही बोलवाल अथवा तुम्ही एखाद्या मीटिंगसाठी जात असाल, तेव्हा त्यासाठीचा विषय चांगला आहे का, याची खात्री करा. मीटिंगकडे एक 'व्यावसायिक गुंतवणूक' म्हणून पाहायला शिका. मीटिंग

घेत असताना त्यासाठी व्यवस्थापनाच्या पातळीवर, कर्मचाऱ्यांचा वेळ आणि कामाचे तास यांच्या पातळीवर खर्च होत असतो अशा दृष्टीने पाहायला शिका. सहभागी लोकांना प्रति तास किती रुपये मिळतात, याचा अंदाज घेऊन त्याचा एकत्र हिशोब मांडा आणि त्यानंतर ते मीटिंगसाठी जेवढा वेळ देत आहेत, तेवढा अथवा त्यापेक्षा अधिक परतावा मिळेल अशा प्रभावी पद्धतीने मीटिंग घ्या.

समजा, तुमच्या मीटिंग हॉलमध्ये दहा लोक असतील आणि ते तासाला ५० डॉलर्स मिळवत असतील, तर एका तासाच्या मीटिंगसाठी ५०० डॉलर्सचा खर्च आला, असे समजावे. जर एखादी व्यक्ती तुमच्याकडे ५०० डॉलर्सचा एखादा प्रस्ताव घेऊन आली, तर तुम्ही त्या व्यक्तीला प्रथमतः विचाराल – हे ५०० डॉलर्स खर्च केल्यास कंपनीला काय फायदा होणार आहे? या अशा प्रस्तावाला मान्यता देताना तुम्ही कदाचित काही काळ विचारही कराल. एवढा खर्च करीत असताना तुम्ही कदाचित अधिक माहिती आणि तपशील यांची मागणी संबंधितांकडे कराल. प्रत्येक मीटिंगसुद्धा त्याच पद्धतीने घ्यायला शिका.

जिथे मीटिंग घेणे गरजेचे नसेल, तेव्हा त्या टाळणेच श्रेयस्कर. मीटिंग घेणे गरजेचे आहे का, हे सर्वसहमताने ठरवा. जशी मीटिंग गरजेची असते, तसे मीटिंग न घेणेसुद्धा काही वेळा गरजेचे असते, हे लक्षात घ्या. व्यक्तिशः मीटिंगला जाणे जर गरजेचे नसेल, तर खरोखर अशा मीटिंगला जाऊ नका. जर तुम्ही स्वतःच मीटिंगचे आयोजन केले असेल, तर तिथे कोणते लोक उपस्थित असणे आवश्यक आहे त्यांचा प्रथमतः विचार करा.

आणि मग तेवढ्याच लोकांना निमंत्रित करा. केवळ एखाद्या व्यक्तीला महत्त्व द्यायचे या हेतूने अथवा त्या व्यक्तीला चांगले वाटावे म्हणून त्या ठिकाणी अजिबात बोलावू नका.

अजेंडा तयार करा

प्रत्येक मीटिंगसाठी अजेंडा तयार करणे अनिवार्य आहे. हा अजेंडा कायम 'लिखित' स्वरूपात असेल याची जाणीव ठेवा. सर्व विषयांचा प्राधान्यक्रम आधी लक्षात घ्या. वेळेची मर्यादा ओलांडली जात असेल, तर सर्वांत महत्त्वाचा विषय हा पहिल्यांदा घ्या. मीटिंगचे संपूर्ण नियोजन तुमच्याकडे असल्याने त्याचे सूत्रधार या नात्याने म्हणून तुमचे पहिले कर्तव्य हे की, मीटिंगमधील चर्चा ही विषयानुरूप होऊन ट्रॅकवर राहील आणि प्रत्येक विषयाला स्पर्श होईल, याची काळजी घ्यावी.

मीटिंग वेळेत सुरू करा आणि वेळेतच संपवा. जर तुमच्याकडे लोकांना नेहमीच उशिरा येण्याची सवय असेल, तर अशा वेळी मीटिंग वेळेत सुरू करून ठरावीक वेळेनंतर दरवाजा बंद करून घ्यावा. दुसरी पद्धत म्हणजे उशिरा येणारी व्यक्ती 'येणारच नाही', हे गृहीत धरून मीटिंग सुरू करा. मीटिंग सुरू झाल्यानंतर मात्र त्यात कोणत्याही प्रकारचा अडथळा येणार नाही, याची संपूर्ण दक्षता घ्या.

मार्शल गोल्डस्मिथ यांच्या *व्हॉट गॉट यु हिअर वोन्ट गेट यु देअर* या बेस्टसेलर पुस्तकाचे लेखक नेतृत्वामधील सर्वांत मोठी कोणती चूक असेल, तर ती म्हणजे मीटिंगमध्ये आपल्या हाताखालच्या लोकांना कायम दबावाखाली ठेवण्याचा प्रयत्न करणे. कारण तुम्ही बॉस असता, त्यामुळे तुम्ही बोलत असताना सारे ऐकत असतात. काही काळ गेल्यानंतर मात्र लोक तुम्ही बोलत असताना काहीही बोलायचे नाही अथवा व्यत्यय आणायचा नाही हे शिकतात. परंतु त्यामुळे होते असे की, ते तुम्हाला ज्या विषयावर जितके बोलायचे, तितके बोलू देतात.

अधिक प्रश्न विचारा

मीटिंग सुरू असताना आपण घुबडासारखे असले पाहिजे. दोन सतर्क कान आणि एकच तोंड आहे हे लक्षात घेऊन मीटिंगमध्ये वागावे. त्याचा आहे त्याच प्रमाणात उपयोग होईल याची काळजी घेतली

पाहिजे. अजेंडावर आपणच भरभरून बोलत राहण्यापेक्षा इतरांचे म्हणणे काळजीपूर्वक ऐकले पाहिजे आणि त्यासाठी अधिकाधिक प्रश्न उपस्थित केले पाहिजेत. मीटिंग-रूममध्ये असणाऱ्या प्रत्येक व्यक्तीचा सर्वोत्तम विचार पुढे कसा येईल, असा प्रयत्न करायला हवा. पण जर मीटिंगमध्ये तुम्हीच अखंड बोलत राहिलात, तर हे शक्य होणार नाही.

सर्वांत प्रभावी आणि सर्वोत्तम मीटिंग्ज त्याच असतात, ज्या उभ्या उभ्या केल्या जातात. तुम्ही अशा प्रकारच्या मीटिंग्जवर भर द्यावा. अशा मीटिंग्ज तुमच्या ऑफिसमध्येच उभ्याउभ्याने होऊ शकतात. अशा वेळी कुणीही निवांत बसलेले नसेल. महत्त्वाच्या मुद्द्यांवर उभ्याउभ्याने चर्चा करा आणि प्रत्येक जण लगेचच त्यांच्या कामाला पुन्हा लागू शकेल, असा प्रयत्न करा.

अशा मीटिंग्जमध्ये आपल्याला जे सांगायचे, ते सहजतेने सांगता येते. तुम्ही म्हणू शकता, ''प्रत्येक जण किती कामात व्यग्र आहे हे मी जाणतो, त्यामुळेच वेळेचे मूल्य लक्षात घेऊन आपण एक उभ्या उभ्या मीटिंग घेऊ. त्यामुळे आपण साऱ्या महत्त्वाच्या मुद्द्यांवर वेगाने चर्चा करू आणि तितक्याच वेगाने आपल्या कामावर परत येऊ.'' आपल्याला कल्पना आहे की, लोक खरंच त्यांच्या कामात व्यग्र असतात, अशा वेळी आपण योग्य वेळी आणि ठिकाणी अशी मीटिंग घेतल्यास त्याचे तुमच्या सर्व सहकाऱ्यांकडून खूप कौतुक होऊ शकते.

पीटर ड्रकर म्हणतात, ''जर कामाच्या वेळेमधील २५ टक्के वेळ हा फक्त मीटिंगमध्ये जात असेल, तर ते बोगस कंपनी असल्याचे लक्षण आहे.''

१९

वेगाने वाचा... लक्षात अधिक ठेवा

सामान्य असा एक व्यावसायिक त्याच्या दिनक्रमात हजारो शब्द वाचत असतो. ते ई-मेल्स, अहवाल, न्युज स्टोरीज, बिझनेसची माहिती, मासिकातील लेख आणि इतर डाटा या स्वरूपातील माहिती त्याच्यासमोर येत असते. तुमच्या वाचनाच्या गरजेबरोबरच तुम्ही काळाच्या सुसंगत असणे अधिक गरजेचे असते. आपण ज्ञानाधिष्ठित अशा समाजामध्ये राहतो आणि एखादी अतिशय महत्त्वाची माहिती तुमच्या कामामध्ये आणि तुमच्या निर्णयप्रक्रियेमध्ये अतिशय मोलाची भूमिका बजावू शकते.

त्यामुळे 'आपण काय वाचतो' याविषयी थोडे चोखंदळ राहायला शिका. वाचनाच्या या जगात आणि काळाच्या बरोबर राहायचे, तर तुमचा वेळ वाचवणारा सर्वांत चांगला घटक म्हणजे; तुमच्या की बोर्डवर असणारे 'डीलीटचे बटण'. हे लवकर आणि नियमितपणे वापरायला शिका. काही गोष्टी तुमच्यापुढे वाचनाचे आकर्षण निर्माण करीत असतात; परंतु तुमच्या आयुष्यात अगर कामामध्ये त्याचा कोणताही तातडीने लाभ होणार नसतो.

वेगाने वाचायची सवय लावून घ्या

तुमच्या जवळ येऊन आदळणारी जी माहिती असते, ती तुम्ही अडवू शकत नाही; परंतु ती तुम्ही विभागू शकता आणि ती योग्य ठिकाणी व योग्य वेळी जाईल, अशी व्यवस्था निर्माण करू शकता. यात एक महत्त्वाचे कौशल्य तुम्हाला आत्मसात करावे लागते, ते म्हणजे वेगाने वाचायची सवय. तुम्ही वेगाने वाचायची सवय लावणारा एखादा कोर्स यापूर्वी केला नसेल, तर तो आत्ता करा. या कोर्सच्या माध्यमातून तुमच्या वाचनाचा वेग तिप्पट वाढेल आणि पहिल्या दोन धड्यांमधील ज्या गोष्टी सुटून जातात, त्याचेही प्रमाण कमी होईल. वेगाने वाचन करण्यासाठीच्या पद्धती तशा लोकप्रिय आहेत. उत्तम भाषेमध्ये लिहिलेले ५०० ते १००० शब्द एका मिनिटांत वाचण्याची सवय या पद्धतीमुळे अंगी बाणवता येऊ शकते.

जे वाचायचे, ते एकत्र करा

जेव्हा जेव्हा तुम्हाला काही महत्त्वाचे वाचण्यासारखे सापडेल, सारांश रूपाने काही सापडेल अथवा इंटरनेटवर तुकड्यांमध्ये काही माहिती सापडेल, तेव्हा ती सर्व माहिती एकत्रित करा. त्याची प्रिंटआऊट काढा आणि ते एका फाईलला लावा. अथवा नंतर वाचण्यासाठी ते सारे एका डिजिटल फोल्डरमध्ये सेव्ह करून ठेवा. टास्क शिफ्टिंग करून मग सुरू असलेल्या कामातून लक्ष काढून ते वाचत बसण्यापेक्षा जे नंतरच्या वेळेत वाचण्यासाठी बाजूला काढून ठेवा. तुम्हाला आश्चर्य वाटेल की, याची सवय झाल्यावर तुमच्या कितीतरी गोष्टी वाचून होत आहेत. ते वाचत असताना अधिक चांगल्या एकाग्रतेने वाचत आहात, हेसुद्धा तुमच्या लक्षात येईल.

वर्तमानपत्राच्या बाबतीत सांगायचे झाले, तर वर्तमानपत्रातील सर्वांत महत्त्वाच्या गोष्टी या तुमच्यापर्यंत दररोज संगणकावर येतील अशी व्यवस्था करावी. अथवा तुम्ही संगणकावरच पेपर पाहू शकता. अथवा केवळ नजर फिरवा आणि त्यातील तुमच्या कामाचे काय हे पाहायला शिका. न्यूज रिपोर्टिंगमध्ये जी सर्वांत महत्त्वाची माहिती असते, ती 'हेडलाइन'

स्वरूपात दिलेली असते आणि त्याहून पहिल्या पॅरामध्ये त्याची माहिती समाविष्ट असते. त्यामुळे 'नक्की काय घडले' हे जाणून घेण्यासाठी तुम्हाला सुरुवातीपासून अखेरपर्यंत वाचत राहण्याची गरज नसते.

निवडक वाचा

तुम्ही पानांमागून पाने वाचत जावी अशाच पद्धतीने मासिकांची रचना केलेली असते. त्यामुळेच त्यातील जाहिरातींनाही महत्त्व प्राप्त होत असते. (अशीच समान रचना वृत्तपत्रात केलेली असते.)

त्यामुळे याच कारणासाठी तुम्ही 'निवडक' मासिके, जर्नल्स, वृत्तपत्रे आणि न्यूजलेटर्स वाचायला हवी. तुमच्या संदर्भात असणारे आणि महत्त्वाचे असेच वाचायला हवे. त्यामुळेच अनुक्रमणिका आधी पाहावी आणि त्यानंतर तुमच्या जीवनाशी आणि कामाशी संबंधित असणाऱ्या विषयाकडे थेट जावे. छापील मजकुरासाठी एक महत्त्वाची पद्धती मानली जाते. ती म्हणजे 'रिप अॅन्ड रीड' तुम्हाला जो मजकूर वाचावासा वाटतो, तो कापून ठेवावा आणि त्याला फाईलमध्ये ठेवावे, त्यानंतर ती फाईल तुमच्यासोबत ठेवावी आणि ज्या वेळी 'डाऊनटाइम' अर्थात मोकळा वेळ असेल, त्या वेळी त्याचे वाचन करावे.

कोणते पुस्तक वाचण्यासाठी किती वेळ लागेल, याचा अंदाज घेऊन वाचायचे पुस्तक निवडावे. प्रिंट आणि ऑनलाइन दोन्ही स्वरूपातील पुस्तकांसाठी तुम्ही रिव्ह्यू सर्व्हिसचा लाभ घेऊ शकता आणि त्यानंतर अवघ्या काही मिनिटांमध्ये पुस्तकांतील चांगल्या बाजू समजून घेऊ शकता.

स्पष्टपणे 'नाही' म्हणा

वाचण्याच्या प्रयत्नांमध्ये वेळ वाचवण्याचा सर्वांत चांगला मार्ग म्हणजे, काही गोष्टी न वाचण्याचा ठाम निर्णय घेणे. काही विषयांची प्रस्तावना, त्यातील अनुक्रमणिका, विषयाची ओळख आणि लेखकाची माहिती ही आधी नजरेखालून घालावी. हे सारे पाहिल्यानंतर आपल्याला कदाचित

असे लक्षात येऊ शकते की, हे पुस्तक तितकेसे महत्त्वाचे नाही. अशा परिस्थितीत ते वाचन रद्द करावे अथवा बाजूला ठेवावे. असे केल्याने तुम्हाला ज्या इतर गोष्टी करायच्या आहेत, त्यासाठी अधिक चांगला वेळ मिळू शकतो.

एक यंत्रणा विकसित करा

गेल्या अनेक वर्षांपासून मी दिवसातील तीन ते चार तास वाचनासाठी काढतो आणि त्याची एक लय व सवय मी विकसित केलेली आहे. त्यामध्ये व्यवसाय, आर्थिक, राजकीय आणि व्यक्तिमत्त्व विकास या संदर्भातील गोष्टी मी आवर्जून वाचतो. मी माझ्या करिअरच्या काळामध्ये १ लाख ५० हजार तास वाचन केले आहे. ही सारी माहिती जी मी प्राप्त केली, त्याच्या चिंतनातूनच मी साठहून अधिक पुस्तकांचे लेखन केले आहे. त्यात या पुस्तकाचाही समावेश आहे.

जेव्हा लोक मला विचारतात की, तुम्ही इतके कसे वाचू शकता? तेव्हा माझे उत्तर अतिशय सोपे असते. मी माझी वाचनाची आवड आणि काम हे वेळेनुसार नियोजित करतो. मिनिट टू मिनिट, प्रत्येक तासाला, प्रत्येक विमानप्रवासात वेळेचे नियोजन करतो. जिथे जिथे मला मोकळा वेळ मिळेल, तिथे तिथे अगदी विमानतळावरील लाउंजमध्येदेखील मी पुस्तक वाचनासाठी वेळ काढतो.

एक लक्षात ठेवा, 'रीडर्स हेच लीडर्स' असतात. काळाशी सुसंगत राहणे आणि तुमच्या क्षेत्रात सर्वांत उंच ठिकाणी जाणे या गोष्टी साध्य करायच्या असतील, तर मेंदूला सातत्याने; पण 'निवडक' असे खाद्य देत राहावे लागते. ही सारी माहिती अतिशय समर्थ आणि उत्तम रीतीने जगलेल्या माणसांनी आपल्यासाठी दिलेली असते. त्याचा सुयोग्य उपयोग मात्र करता यायला हवा.

२०

व्यक्तिगत विकासामध्ये करा गुंतवणूक

तुमचे मूल्य जर वाढवायचे असेल, तर सर्वांत महत्त्वाची गोष्ट तुम्ही कोणती करू शकता? ती म्हणजे तुमचे परिणामकारक निकाल दिसू द्या आणि तुमच्या व्यवसायामध्ये स्वतःचे एक महत्त्वाचे स्थान प्राप्त करा आणि जे जे महत्त्वाचे काम हाती घ्याल, ते उत्तमाहून उत्तम करण्याचा ध्यास ठेवा.

दररोज तुमचा वेळ जसा तुम्ही वापराल, त्यामध्ये स्व-विकास ही प्रक्रिया सातत्यपूर्ण आणि अखंडित प्रक्रिया राहील, असे पाहा. उच्च अधिकारी आणि त्यापलीकडे जाण्यासाठी वेळ व्यवस्थापन करीत असताना ही त्याची प्रमुख गुरूकिल्ली आहे, हे नेहमी लक्षात असू द्या.

तुमच्या संपूर्ण नियोजनामध्ये स्वतःचा सातत्याने विकास आणि प्रगती होण्यासाठी खास वेळ राखून ठेवा. व्यक्तिमत्त्व विकासातील एक महत्त्वाचा पायाभूत नियम म्हणजे, तुमचे सध्याचे ज्ञान आणि कौशल्य यांच्या बळावर आज तुम्ही जिथे पोहोचला आहात, त्याच्या पुढे जाऊ शकत नाही. त्यामुळेच करिअरमध्ये अधिक पुढे जाण्यासाठी तुम्हाला

अधिक ज्ञान मिळवणे अनिवार्य आहे. अधिक मिळवायचे असेल, तर अधिक शिकायला हवे हे सूत्र आहे.

सातत्यपूर्ण आणि न संपणारी प्रगती

स्वतःचा विकास आणि प्रगती करण्यासाठी दररोज काम करीत राहा. जर तुम्ही दिवसभरातील एका तासात असे काहीतरी वाचले, ज्यामुळे तुमची कामाची क्षमता वाढली, तर आपल्या समाजामध्ये पाच वर्षांच्या आत तुम्ही निश्चितपणे उंची गाठाल.

जेव्हा तुम्ही कारमधून प्रवास करत असाल, तेव्हा शैक्षणिक ऑडिओ आवर्जून ऐका. आजमितीला, सर्वांत चांगली माहिती आणि संकल्पना या इंग्रजी भाषेत एकत्रित केलेल्या आहेत. अथवा अन्य भाषांतही आहेत. हे सारे सीडी किंवा डाऊनलोडच्या माध्यमातून वा स्मार्टफोन, टॅब्लेटवरही उपलब्धही झाले आहे.

सर्वसाधारण प्रवास करणारी एक व्यक्ती वर्षभरात ५०० ते १००० तास कारमधून प्रवास करण्यात घालवत असते. याचा अर्थ, आठवड्याभरात १२ ते २४ तास तो कारमध्ये असतो. याचा अर्थ, एका विद्यापीठाच्या एक किंवा दोन सेमिस्टर्स इतका काळ होतो. याचा अर्थ, तुम्ही नुसते कारमधून प्रवास करीत असताना तुम्हाला एखाद्या युनिव्हर्सिच्या टर्म इतका वेळ मिळत असतो. जर कारमधून प्रवास करताना तुम्ही कोणताही ऑडिओ प्रोग्रॅम ऐकत नसाल, तर निश्चितपणे आज उपलब्ध असणारी शिकण्याची एक चांगली संधी तुम्ही गमावत आहात, असा त्याचा अर्थ होतो.

तज्ज्ञांच्या मार्गदर्शनासाठी त्यांच्या सेमिनार्सला उपस्थित राहा

वर्षातून किमान चार वेळा तुमच्या क्षेत्रातील तज्ज्ञांनी घेतलेल्या सेमिनार्सना आवर्जून उपस्थित राहा. अशा सेमिनार्सचा आवर्जून शोध घ्या. तुमच्या व्यवसायातील सर्वोत्तम अशा व्यक्तींकडून शिकण्यासाठी लांबच्या प्रवासाचीही तयारी ठेवा.

ज्यांनी त्यांच्या क्षेत्रात अगोदरच यश संपादन केलेले आहे, अशा लोकांकडून शिकायला मिळणे ही यशाची गुरूकिल्ली असते. त्यामुळे त्याचा फायदा आवर्जून घ्यावा. मात्र केवळ पुस्तकी थिअरी मांडणाऱ्या प्रोफेसर लोकांची व्याख्याने आणि सेमिनार मात्र टाळा. कारण ते जे शिकवतात, ते पुस्तकी ज्ञानाच्या दृष्टीने योग्य असते; परंतु व्यावहारिक पातळीवर त्याचा उपयोग शून्य असतो. तुमच्या कामामध्ये वापरून पाहता येतील, अशा त्यांच्या संकल्पनांचा काडीचाही उपयोग नसतो.

२१

कामाच्या जागेचे नेटके नियोजन

कामाच्या ठिकाणी असणारे स्वच्छ, नीटनेटके टेबल आणि नियोजित केलेली कामाची जागा हे वेळेच्या व्यवस्थापनाचे महत्त्वाचे असे एक साधन मानले जाते. एखादा उत्तम शेफ ज्याप्रमाणे जेवण बनवण्यापूर्वी आणि जेवण बनवून झाल्यानंतर किचन स्वच्छ करतो, त्याचप्रमाणे तुम्ही तुमचे काम सुरू करण्यापूर्वी आणि काम संपवताना त्याचे योग्य नियोजन केले पाहिजे. एका यशस्वी उद्योजकाने काही वर्षांपूर्वी यशाचे गमक सांगताना म्हटले होते, ''काम करतानाही तुमचे टेबल स्वच्छ असेल, तर यशाचे नेमके गमक सापडते.''

पीटर ड्रकर यांच्या निरीक्षणानुसार, जे प्रभावी अधिकारी असतात, त्यांचे डेस्क कायम स्वच्छ असते. ते ज्या क्षणी काम करीत असतील, तेवढा काळ डेस्कवर काही दिसते. त्यानंतर पुन्हा सारे काही जिथल्यातिथे. त्यामुळेच अधिक स्पष्टतेने आणि अधिक प्रमाणात हे सारे लोक त्यांच्या कामावर लक्ष केंद्रित करू शकतात.

यासाठी आपली सारी महत्त्वाची कागदपत्रे योग्य अशा प्रत्यक्ष आणि ऑनलाइन फाइल्समध्ये ठेवा. तुमच्या आहे, त्या डेस्कवरूनच त्यांचा निपटारा करा. ज्या ज्या वेळी शक्य असेल, त्या त्या वेळी तो एकच विषय डोळ्यांसमोर ठेवा.

सर्व यशस्वी व्यावसायिक हे त्यांची कामाची जागा ही अतिशय नीटनेटकी आणि कामाच्या दृष्टीने सुयोग्य अशी करतात. एखादा सुतार, डेन्टिस्ट अथवा डॉक्टर यांची कामाची जागा आठवून पाहा. ते सातत्याने त्यांची कामाची जागा नीटनेटकी ठेवतात आणि दिवसभर सारखी आवरून ठेवत असतात.

नियोजन करा आणि त्या नियोजनामध्येच राहण्याचा प्रयत्न करा. तुमच्या ऑफिसमधून वितरित होणाऱ्या गोष्टी आणि माल हे पूर्णपणे साठवलेले असेल आणि वेळेला हातात मिळू शकेल, याची खातरजमा करा. एखादे काम सुरू करायचे आणि मग थांबवायचे. कामात पूर्वनियोजन नसल्याने अथवा माल कमी असल्याने पुन्हा कसेबसे नियोजन करून सुरू करायचे, याइतके नुकसानकारक दुसरे काहीही असत नाही.

नियोजनामुळे होते उत्पादकतेत वाढ

टेबल भरगच्च भरलेले असताना आणि कमालीचा गोंधळ असलेल्या वातावरणात आपण अधिक प्रभावीपणे काम करू शकतो असा अनेक लोकांचा समज असतो. परंतु अभ्यासातून असे समोर आले आहे की, अशा लोकांना जेव्हा स्वच्छ आणि नीटनेटक्या वातावरणात काम करण्यास भाग पाडले आणि एकावेळी त्यांच्यासमोर एकच टास्क दिला, तेव्हा त्यांच्या उत्पादकतेत एका रात्रीत दुप्पट अथवा तिप्पट वाढ झाल्याचे दिसून आले.

गोंधळामध्ये आणि पसाऱ्यामध्ये काम करणारे जे लोक असतात, त्यांचा बहुतांश वेळ त्या पसाऱ्यातून त्यांना जे नेमके हवे, ते शोधण्यामध्येच अधिक जात असतो. त्याचप्रमाणे याचा एक मानसिक

परिणामही समोरच्यावर होत असतो. तुमच्या डेस्कवरील पसारा पाहून अथवा पसाऱ्यामध्ये बुडालेल्या ऑफिसमधील वातावरण पाहून तुम्ही नियोजनबद्ध काम करीत नसाल, अशी एक तुमच्याविषयीची प्रतिमा तयार होऊ शकते. या विस्कळीतपणामुळे आणि पसाऱ्यामुळे तुमची नजरही सारखी एका गोष्टीवरून दुसरीकडे विचलित होत राहते आणि पुन्हा त्यावरून लक्ष काढून आपल्या कामावर केंद्रित करण्याची कसरत करावी लागते.

सारांश

वेळेच्या व्यवस्थापनाबद्दलचा सर्वांत शेवटचा मुद्दा म्हणजे, संतुलन राखण्याची संकल्पना. तुमच्या आयुष्यामध्ये सर्वांत महत्त्वाची गोष्ट तुम्ही प्रस्थापित करायला हवी. ती म्हणजे, संतुलन आणि आधुनिकता. या पुस्तकात दिलेल्या पद्धती, संकल्पना आणि तंत्र यांचा वापर करून तुम्ही वेळ व्यवस्थापनात कौशल्य निश्चित संपादन कराल. त्या माध्यमातून तुमचे कुटुंब आणि व्यक्तिगत आयुष्यासाठी तुम्ही अधिक वेळ काढू शकाल.

अनेकदा लोक टाइम मॅनेजमेंट प्रोग्रॅम शिकतात, त्याचे मुख्य कारण हे असते की, त्यांना दररोजच्या कामामध्ये अधिकाधिक गोष्टी करण्याची इच्छा असते. परंतु शहाणा, समजूतदार माणूस सांगतो की, ''केवळ गती वाढवत बसण्यापेक्षा आयुष्यात खूप काही महत्त्वाचे आहे.''

आपल्या आयुष्याची गुणवत्ता वाढवणे आणि विकसित करणे हे वेळेच्या व्यवस्थापनाची ही सारी कौशल्ये शिकण्यामागील आणि त्याचा सराव करण्यामागील खरे उद्दिष्ट आहे. तुम्ही अनुभवत असलेल्या आनंदामध्ये आणि समाधानामध्ये वाढ करण्यासाठी त्याचा उपयोग व्हायला हवा.

तुमच्या आयुष्याची गुणवत्ता

तुमचे काम तुमच्यासाठी किती योग्य आहे, या गोष्टीने फारसा काही फरक पडत नाही. तुमच्या आयुष्याची खरी गुणवत्ता ही प्रामुख्याने तीन गोष्टींनी निर्धारित होत असते. पहिली गोष्ट म्हणजे तुमचे आंतरिक आयुष्य कसे आहे? तुम्ही स्वतःशी किती छान जुळवून घेऊ शकता? तुम्ही स्वतःवर किती प्रेम करता? स्वतःचे चारित्र्य आणि व्यक्तिमत्त्व याविषयी तुमच्या स्वतःच्या मनात किती चांगली भावना आहे. आंतरिक विकास घडून येण्यासाठी बराच काळ जावा लागतो आणि त्याची प्रक्रिया घडावी लागते. त्याशिवाय वाचन, विचार याच्या माध्यमातून आयुष्यातील महत्त्वाच्या प्रश्नांचा विचार करता येतो.

दुसरा भाग म्हणजे तुमचे आरोग्य. जर निरोगी शरीर नसेल, तर त्याची तडजोड कोणत्याही व कितीही मोठ्या यशाने होऊच शकत नाही. त्यामुळे योग्य वेळी आहारासाठी वेळ काढा, नियमितपणे व्यायाम करा, पुरेशी विश्रांती घ्या आणि स्वतःला ताजेतवाने बनवा. काही वेळा, लवकर झोपायला जाणे आणि शांत झोप मिळवणे हासुद्धा वेळेचा सर्वांत चांगला उपयोग असतो.

तिसरे आणि सर्वांत महत्त्वाचे म्हणजे, आपल्या नातेसंबंधांसाठी वेळ काढा. ज्या व्यक्तींची तुम्हाला काळजी वाटते आणि जे तुमची काळजी करतात, ते आयुष्यातील सर्वांत महत्त्वाचा भाग असतात. आपली पत्नी, मुले आणि जवळचे मित्र यांच्याकडे दुर्लक्ष होईल इतके स्वतःला कामामध्ये गढवून घेऊ नका.

त्यामुळे सर्वांत चांगले आयुष्य हे 'सुयोग्य' अशा संतुलनात असते. जर तुम्ही पुरेसा वेळ राखून आणि तुमच्या नातेसंबंधांची गुणवत्ता वाढवू शकत असाल, तर तुम्ही करीत असलेल्या कामातून तुम्हाला अधिक आनंद, समाधान, परिपूर्णता असल्याचे समाधान मिळेल आणि तुम्हाला तेच यश असल्याचे लक्षात येईल.

एका हुशार डॉक्टरने त्याचे एक निरीक्षण मांडले होते, ''मला ऑफिसमध्येच जास्तीत जास्त वेळ राहून काम करायला आवडते.''

असे म्हणणाऱ्या व्यावसायिकाशी मी तो मरणासन्न असला, तरीसुद्धा बोलत नाही.''

मित्रांनो, मनापासून धन्यवाद आणि तुमच्या आयुष्यासाठी शुभेच्छा! मी सुचवलेल्या संकल्पना तुम्ही तुमच्या आयुष्यात उतरवून नक्की पाहा.

लेखकाविषयी

ब्रायन ट्रेसी हे व्यावसायिक वक्ते, प्रशिक्षक, सल्लागार आणि चर्चासत्रांचे नेतृत्व करणारे व्यक्तिमत्त्व आहे. कॅलिफोर्नियातील सोलाना बीच येथील *ब्रायन ट्रेसी इंटरनॅशनल* या प्रशिक्षण आणि सल्लाविषयक संस्थेचे ते अध्यक्ष आहेत.

ब्रायन ट्रेसी यांनी कठोर परिश्रमांमधून आपल्या यशाचा मार्ग आखला. १९८१मध्ये अमेरिकेतील विविध व्याख्यानांमधून आणि चर्चासत्रांतून ट्रेसी यांनी विक्री तसेच व्यवसाय क्षेत्रासाठी तयार केलेली तत्त्वे शिकवण्यास सुरुवात केली. त्यांची पुस्तके, दृकूश्राव्य कार्यक्रम यांपैकी सुमारे ५००हून अधिक बाबी आज ३८ भाषांमध्ये उपलब्ध आहेत आणि ५५हून अधिक देशांत त्यांचा वापर केला जातो.

फुल एंगेजमेंट अँड रिइन्व्हेन्शन या पुस्तकासह पन्नासहून अधिक पुस्तकांचे *बेस्टसेलिंग लेखक* म्हणून ब्रायन ट्रेसी ओळखले जातात.

नोट्स